(നോവൽ)

ലീലാ സച്ചിയാനന്ദം

സജീവ് കുമാർ ശശിധരൻ

സജീവ്കുമാർ ശശിധരൻ

കർഷക കുടുംബത്തിലെ അംഗം . എൺപതുകളിലെ ഒരുനാൾ കേരളത്തിലെ കൊല്ലം ജില്ലയിൽ ഇടയം ഗ്രാമത്തിൽ ജനനം .

അമ്മ : ലതിക അച്ഛൻ :ശശിധരൻ , അനുജത്തി :ശാന്തി

ഭാര്യ : ഗ്രീഷ്മ സജീവ്   മകൾ : നിയ സജീവ്

contact:

മുല്ലക്കൽ വീട്

ഇടയം ,പെരുമണ്ണൂർ (പി .ഓ) 691545

കൊല്ലം , കേരളം

sajeevkumar.sajeevkumar@gmail.com

പുസ്തകങ്ങൾ :

എനിക്ക് സന്തോഷം(കഥകൾ)

ജിയാരാ (നോവെല്ല)

ഊരുകാട് (നോവൽ)

എഴുത്തൻ (നോവൽ)

ലീലാ സച്ചിയാനന്ദം (നോവൽ)

സമർപ്പണം

ഈ പുസ്തകം എല്ലാ പ്രണയിതാക്കൾക്കുമായി
സമർപ്പിക്കുന്നു .

ഉള്ളടക്കം

~ 5 ~

മുഖവുര

ഞാൻ ഈ നോവൽ എഴുതത്തുടങ്ങുമ്പോൾ ഉണ്ടായിരുന്ന കഥയല്ല എഴുതി തീർത്ത സമയത്ത് കടലാസിൽ ഉണ്ടായിരുന്നത് . കഥയുടെ കൂടെ ഞാൻ നടന്നു, അത്ര മാത്രം .ആരുടെ ജീവിതം എനിക്ക് പ്രചോദനം നൽകിയെന്നറിയില്ല എങ്കിലും പറയട്ടെ ഇത് ആരേയും വേദനിപ്പിക്കാനെഴുതിയതല്ല .ദയവായി ഒരു കഥയായി മാത്രം കാണുക

നിങ്ങളുടെ

സജീവ്കുമാർ ശശിധരൻ

ആമുഖം

പെട്ടന്ന് വായിച്ചുതീർത്ത നോവൽ , പെട്ടന്ന് തീർന്ന പോലെ , എനിക്ക് ഇഷ്ടമായി ,എഴുത്തുകാരന് അഭിനന്ദനം

ഗ്രീഷ്മ സജീവ്

കൊല്ലം

1) പറിച്ചുനടൽ

~ 8 ~

ഒരു സന്ധ്യാസമയം

" നടക്ക് , വേഗം വാ "

അച്ഛൻ പറഞ്ഞുകൊണ്ടിരുന്നു .

"അച്ഛാ .. കാല് കഴക്കുന്നു "

ഞാൻ പറഞ്ഞു .

"ദാ ... ഇപ്പൊ എത്തും, ഒരു രണ്ട് വളവു കൂടി "

കൈയ്യിൽ വാച്ചില്ല ,ഇല്ലെങ്കിൽ അച്ഛന് സമയം കാട്ടി കൊടുക്കാമായിരുന്നു .

ഈ നടപ്പു തുടങ്ങിയിട്ട് ഏതാണ്ട് രണ്ടു മണിക്കൂറ് കഴിഞ്ഞിരിക്കുന്നു .

അപ്പൊ മുതൽ പറയുകയാണ് .

രണ്ട് വളവ് , രണ്ട് വളവ് .

എനിക്ക് അരിശം വന്നു .

പക്ഷെ പുറത്തുകാണിച്ചാൽ ചിലപ്പോൾ പുറം പൊളിയും .

" ഉം ..."

ഞാൻ മൂളി

കാലുകൾ നന്നായി വേദനിക്കുന്നുണ്ട് .

ഒന്നും മിണ്ടാൻ കഴിഞ്ഞില്ല . അച്ഛനെ എനിക്ക് പേടിയാണ് .

എങ്കിലും അവസാനം ഞാൻ പറഞ്ഞു .

" എന്റെ കാല് വേദനിക്കുന്നു. നമുക്ക് ഇത്തിരി ഇരിക്കാം ?"

അച്ഛൻ എന്നെ തിരിഞ്ഞുനോക്കി .

പിന്നെ എന്റെ കാലുകളെ നോക്കി .

" ഉം .. ദാ അവിടിരിക്കാം "

നടപ്പുവഴിയുടെ ഒരു ഭാഗത്ത് ചെറിയ
പാറക്കൂട്ടമുണ്ടായിരുന്നു .

അങ്ങോട്ട് വിരൽ ചൂണ്ടി അച്ഛൻ പറഞ്ഞു .

ഞാൻ അവിടിരുന്നു .

അച്ഛനും .

എന്തൊരാശ്വാസം .

സൂര്യൻ വീട്ടിലേക്ക് പോകാൻ തയ്യാറായ പോലെ
ലക്ഷണങ്ങൾ കാട്ടി തുടങ്ങി.

" പോകാം "

അച്ഛൻ എഴുന്നേറ്റു .

ഞാൻ മടിയോടെ എഴുന്നേറ്റു .

വീണ്ടും നടന്നു .

അങ്ങ് മലമുകളിൽ വീടുകൾ കണ്ടു തുടങ്ങി .

ഒരു മലയുടെ അടിവാരത്ത് ഞങ്ങൾ ചെറിയ തോടിനെ
മുറിച്ചുകടന്നു . വീണ്ടും മുകളിലേക്ക് കയറി .അവിടെ അമ്മ .

അമ്മ മുകളിൽ നിന്ന് കൈ വീശി .

അമ്മയുടെ അടുത്ത് അംബികയും ഗോപിയും. അവരും
കൈകൾ വീശി ,

എന്റെ സഹോദരങ്ങളാണ് .

അവർക്ക് ഭയങ്കര സന്തോഷം ,

അവർ തുള്ളിച്ചാടുന്നുണ്ട് .

നല്ല തണുപ്പുണ്ട് .

പല്ല് കൂട്ടിയിടിക്കുന്ന തണുപ്പ് .

എന്റെ ആദ്യത്തെ അനുഭവമായിരുന്നു . പുസ്തകത്തിൽ
വായിച്ച തണുപ്പിന് നല്ല സുഖമായിരുന്നു .

നേരിട്ടുള്ള അനുഭവം അത്ര നല്ലതല്ല .

നടന്നു തുടങ്ങിയപ്പോൾ ഇത്ര തണുപ്പ്
തോന്നിയിരുന്നില്ല.ഇവിടെ വീടിനടുത്ത് എത്തിയപ്പോ തണുപ്പ്
കൂടിയപോലെ . എന്റെ വിറയലുകണ്ട് അച്ഛൻ ചിരിച്ചു .

" രാത്രി തണുപ്പ് കൂടും, അവിടുത്തെപ്പോലെയല്ല."

ഞാൻ മൂളി .

" ഉം ..."

മുകളിലെത്തിയതും അമ്മ എന്നെ കെട്ടിപ്പിടിച്ചു .

" വാ ... രാവിലെ ഇറങ്ങിയതല്ലേ, ഇരുട്ടുന്നേന് മുമ്പ് പോയി
കുളിച്ചേച്ചുവാ, താഴെ തോടുണ്ട്, ഇവരേം കൂട്ടിന്
കൊണ്ടുപോ. ഒരുപാട് സമയമെടുക്കല്ലേ , പെട്ടന്ന്
തോർത്തിക്കേറണം . ഞാൻ ചോറെടുത്തുവെക്കാം ."

അമ്മ വിരലുകൾ കൊണ്ട് എന്റെ തല
കോതിക്കൊണ്ടുപറഞ്ഞു .

അമ്മക്ക് ഇത്തിരി വൃത്തിയുടെ അസുഖമുണ്ട് .

ഞാൻ ആകെ ക്ഷീണിച്ചിരുന്നു .

പക്ഷെ അമ്മയെന്നെ വീട്ടിൽ കയറാൻ പോലും സമ്മതിച്ചില്ല.
കുളിക്കണം .

ഞാൻ തോടിനടുത്തെത്തി . നല്ല തെളിഞ്ഞ വെള്ളം
അടിയിലൂടെ മാനത്ത്കണ്ണികൾ തുള്ളിക്കളിക്കുന്നു .

ഞാൻ ആകാശത്തേക്ക് നോക്കി ,എത്ര വലിയ ആകാശം ,
ഞാൻ ആദ്യമായാണ് ഇത്ര വിശാലമായ ആകാശം
കാണുന്നത് .

ഞാനാ തോട്ടിലേക്ക് എടുത്ത് ചാടി .

എന്റെ ശരീരത്തിൽ ജീവനുണ്ടായിരുന്നെന്ന് ശരിക്കും
അന്നാണെനിക്ക് ആദ്യമായി മനസ്സിലായത് .

മുകളിൽ നിന്നും ഞാനെന്നെ കണ്ടപോലെ തോന്നി .

ചെവിയിലൂടെ

മൂക്കിലൂടെ

വായിലൂടെ

തണുപ്പ്.

അസ്ഥി പുളിക്കുന്ന തണുപ്പായിരുന്നു ആ വെള്ളത്തിന്.

ഞാൻ അറിയാതെ കൂകിപ്പോയി.

എന്റെ വിറയൽ കണ്ട് ഗോപി തുള്ളിച്ചാടി . അവൻ നേരത്തേ
കുളിച്ചുകാണും . അംബിക താഴോട്ട് വന്നില്ല . വന്നിരുന്നേ
അവളും കളിയാക്കിയേനെ . ഞാൻ രണ്ട് മൂന്നു വെട്ടം
മുങ്ങിപൊങ്ങി . പിന്നെ വിറച്ചുകൊണ്ട് കരയിലേക്ക് കയറി .
ഗോപിയുടെ കൈയ്യിൽ തോർത്തുണ്ടായിരുന്നു . തല നല്ല
പോലെ തോർത്തി . ഇല്ലേൽ അമ്മ പുറം പൊളിക്കും .
ഒന്നാമത് തണുപ്പ് , പനികൂടി വന്നാലോ . അമ്മയ്ക്ക്
പേടിയുണ്ടാവും . ഞാനും ഗോപിയും വീട്ടിലേക്ക് നടന്നു .
അപ്പോഴും ഞാൻ കിടുങ്ങുന്നുണ്ടായിരുന്നു .

എന്നെ ഞാൻ പരിചയപ്പെടുത്തിയില്ലല്ലോ , ഞാൻ സച്ചി,
സഹദേവൻ എന്നായിരുന്നു ജനിച്ചപ്പോൾ ഇട്ടിരുന്ന പേര് .

പക്ഷെ സ്ക്കൂളിൽ ചേരാൻ ഹെഡ്മാസ്റ്ററിന്റെ
അടുത്തുചെന്നപ്പോ പേര് മാറ്റണം .   ആ ക്ലാസ്സിൽ
അപ്പൊത്തന്നെ മൂന്ന് സഹദേവൻമാരുണ്ടെന്നാണ് പുള്ളി
പറഞ്ഞത് . തിരിച്ചറിയാൻ പാടായിരിക്കുമെന്ന് കാരണം .
അങ്ങനെ എന്റെ പേര് മാറി . അവിടെ വെച്ച് ജനിച്ച വർഷം
മാറി , ദിവസം മാറി . ഞാൻ മൊത്തം മാറി .

ഇപ്പൊ ഞങ്ങൾ താമസം മാറി ഇടുക്കിയിലേക്ക് വന്നു .
അച്ഛനും അമ്മയും സഹോദരങ്ങളും മുമ്പേ വന്നു . എനിക്ക്
പരീക്ഷയായിരുന്നു . അതുകൊണ്ട് ഞാൻ മാത്രം ഏറ്റവും
ഒടുവിലായിട്ടായിരുന്നു പുതിയ വീട്ടിലേക്ക് വന്നത് . അച്ഛൻ
ആ മലയടിവാരത്ത് ഒരു അഞ്ച് ഏക്കർ സ്ഥലം വാങ്ങി .
സത്യം പറഞ്ഞാ വാങ്ങിയതല്ല അച്ഛന്റെ അച്ഛൻ
വാങ്ങിയിട്ടതാ ആർക്കും അറിയില്ലായിരുന്നു . വല്യച്ഛൻ
മരിക്കുമ്പോൾ അച്ഛനായിരുന്നു അടുത്ത് . വല്യച്ഛൻ
സ്ഥലത്തിന്റെ കാര്യം പറഞ്ഞപ്പോ ആരും ഉണ്ടായിരുന്നില്ല .
വല്യച്ഛന്റെ തകരപ്പെട്ടിയിൽ അതിന്റെ
പ്രമാണമുണ്ടായിരുന്നു. മരിച്ച വല്യച്ഛന്റെ വിരലടയാളം
പതിപ്പിച്ചിട്ടേ മരണവിവരം അച്ഛൻ പുറത്ത് പറഞ്ഞുള്ളു .
പക്ഷെ ഞാൻ എല്ലാത്തിനും സാക്ഷിയായിരുന്നു . പിന്നെ
കുറേ കഴിഞ്ഞപ്പോഴാ മനസ്സിലായത് അച്ഛൻ അതെല്ലാം
ചെയ്ത്തത് അമ്മയുടെ ഉപദേശപ്രകാരമായിരുന്നത്രേ .

അമ്മ ഒരു പാവപ്പെട്ട വീട്ടിലാണ് ജനിച്ചത്.

ചന്തയിൽ വച്ച് കണ്ട് ഇഷ്ടപ്പെട്ട് പുറകെ നടന്ന്
കല്യാണത്തിൽ കുരുക്കിയതാണ് അമ്മയെ അച്ഛൻ .

അച്ഛൻ വെറും പാവമായിരുന്നു . അമ്മയെ അച്ഛന്
ജീവനായിരുന്നു . അമ്മയ്ക്കും അങ്ങനെ തന്നെ .

ഭേദപ്പെട്ട വീടായിരുന്നു അച്ഛന്റെ , പക്ഷെ അവിടെ
അമ്മയ്ക്ക് വേലക്കാരിയുടെ വില പോലും ആരും
നൽകിയില്ല . ഒടുവിൽ വഴക്കുകൾ സഹിക്കാനാകാതെ
വന്നപ്പോൾ അമ്മയുടെ വീട്ടിലേക്ക് അവർ താമസമാക്കി .
അമ്മയ്ക്ക് ബന്ധുവായി ഒരു അമ്മൂമ്മ മാത്രമേ

ഉണ്ടായിരുന്നുള്ളു . അവിടെ താമസമായി
കുറച്ചുകഴിഞ്ഞപ്പോൾ അമ്മൂമ്മയും മരിച്ചു . ആ വീട്ടിലാണ്
ഞങ്ങൾ മൂന്നുപേരും ജനിച്ചത് .

പട്ടിണിയുണ്ടായിരുന്നു . പക്ഷെ സന്തോഷമായിരുന്നു .

അച്ഛനെ വല്യച്ഛന് വലിയ ഇഷ്ടമായിരുന്നു . വല്യച്ഛന്
കുടുംബവീട്ടിൽ നിൽക്കാൻ ഒട്ടും ഇഷ്ടമുണ്ടായിരുന്നില്ല.
അച്ഛമ്മയുടെ ഭരണം അത്ര ഭീകരമായിരുന്നു. അതുകൊണ്ട്
വല്യച്ഛൻ എപ്പോഴും യാത്രയിലായിരുന്നു .

ആരുമറിയാതെ പുള്ളിയുണ്ടാക്കിയ വീടും പുരയിടവുമാണ്
ഇടുക്കിയിലുള്ളത് .

ഒരിക്കൽ വീട്ടിൽ വന്ന സമയത്താണ് വല്യച്ഛൻ ഒരു
നെഞ്ചുവേദന വന്ന് മരിച്ചുപോകുന്നത് . വസ്തുവിന്റെ കാര്യം
മരണക്കിടക്കയിൽ വച്ചാണ് അച്ഛനോട് പറയുന്നത് . അച്ഛൻ
എല്ലാവർക്കും വീതിച്ചുകൊടുക്കാമെന്ന
വിശാലമനസ്കതയുമായി നിന്നു . അമ്മ സമ്മതിച്ചില്ല .
കാരണം ,അച്ഛന്റെ കുടുംബത്ത് ധാരാളം സ്വത്തുക്കളുണ്ട് .
പക്ഷെ അവിടുന്ന് അച്ഛന് ഒന്നും കിട്ടിയിരുന്നില്ല .

ആ ദിവസം എനിക്ക് ഇപ്പോഴും ഓർമ്മയുണ്ട്.

വല്യച്ഛൻ മരിച്ച രാത്രി.

ആ രാത്രിയും പിന്നെ അടുത്ത ഒരു ദിവസം മുഴുവനും ആ
ശരീരം ഞങ്ങളുടെ വീടിനുള്ളിൽ കിടന്നു .

അമ്മയും അച്ഛനും അതിരാവിലെ ഞങ്ങളെ മൂന്ന്
പേരെയും വീടിനുള്ളിലാക്കി കതകടച്ചിട്ട് എവിടേയോ പോയി.
വൈകിട്ടായപ്പോഴാ വന്നത് .

അന്ന് ഞങ്ങൾ പട്ടിണിയായിരുന്നു .

പക്ഷേ തിരികെ വന്നപ്പോൾ അമ്മ വയറുനിറയെ
കഴിക്കാനുള്ള പലഹാരങ്ങളുമായിട്ടാണ് വന്നത് . ഞങ്ങൾ
അഞ്ചുപേരുകൂടി അത് കഴിച്ചു . അതുകഴിഞ്ഞിട്ട് അച്ഛൻ

വല്യച്ഛന്റെ വിരലടയാളം പതിപ്പിച്ചു .അമ്മ മരിച്ച വല്യച്ഛന്റെ
" ശൂ " എന്ന ഒപ്പിട്ടു.

പിന്നെ ഒരു നിലവിളിയായിരുന്നു .

എല്ലാ ചടങ്ങുകളും ഭംഗിയായി കഴിഞ്ഞു .അച്ഛമ്മ
വന്നിരുന്നു, അവരുടെ മറ്റ് മക്കളും.

ഒരു പ്രഹസനം അത്ര തന്നെ .

ദഹിപ്പിച്ചു .

സംസാരിച്ചു .

എല്ലാവരും പോയി.

ഒരു മരണം പെട്ടന്ന് കഴിഞ്ഞു .

പക്ഷെ ആ മരണം ഞങ്ങൾക്ക് ഒരു പുതിയ ജീവിതം തന്നു .
ഇപ്പോഴും വല്യച്ഛനെക്കുറിച്ച് അമ്മ പറയാത്ത,
പ്രാർത്ഥിക്കാത്ത ഒരു ദിവസം പോലുമില്ല .

ഇത് വായിക്കുന്ന നിങ്ങൾക്ക് എന്റെ അമ്മ ഒരു ഭീകര
ജീവിയാണെന്ന് തോന്നുന്നുണ്ടോ , അങ്ങനെ തോന്നിയാലും
കുഴപ്പമില്ല . എന്റെ അമ്മ ലോകത്തിലെ ഏറ്റവും നല്ല
അമ്മയാണ് . വീടിന് വേണ്ടി അവരെന്തും ചെയ്യും , ഞാനും ,
അതുപോലെ ഞങ്ങൾ നാല് പേരും.അത് ആരേയും
പറഞ്ഞുമനസ്സിലാക്കാൻ എനിക്ക് മനസ്സുമില്ല .

ഞാൻ കാര്യത്തിൽ നിന്നും വഴുതിപ്പോയോ ?

മരണം

ആ മരണശേഷം പിന്നെയും കുറേനാളുകൾ ഞങ്ങൾ
അമ്മയുടെ വീട്ടിൽ പിടിച്ചുനിന്നു .പട്ടിണിക്ക് കുറവൊന്നുമില്ല.
പക്ഷെ ഞങ്ങൾ കുട്ടികളെ അച്ഛനും അമ്മയും
പട്ടിണിക്കിട്ടിരുന്നില്ല .അച്ഛൻ പലജോലികളും ചെയ്തിരുന്നു .
പക്ഷെ എന്നും ജോലിയുണ്ടായിരുന്നില്ല . ആ കാലം

പഞ്ഞത്തിന്റെ കാലമായിരുന്നു . ജോലികളില്ല . കോളറയും വസൂരി പോലെ എന്തോ ഒരു അസുഖവും പടർന്നുപിടിച്ചതുകൊണ്ട് ആളുകൾ പുറത്തിറങ്ങാൻ തന്നെ ഭയപ്പെട്ടിരുന്നു .

പക്ഷെ വിശപ്പ് അതിനും മരുന്നില്ലല്ലോ , എന്റെ പരീക്ഷാകാലമാണ് അവസാന വർഷപ്പരീക്ഷ , ഞാൻ ഒൻപതിലാണ് പഠിച്ചിരുന്നത് . അമ്മയ്ക്കും അച്ഛനും ഞങ്ങൾ മക്കൾ പഠിക്കണമെന്ന് നിർബന്ധമായിരുന്നു . അതിന് കാരണവുമുണ്ട് അന്ന് അവിടുള്ള പല വലിയവീടുകളിലെ കുട്ടികളും യൂറോപ്പിലേക്കും മറ്റ് ദൂരദേശത്തേക്കുമൊക്കെ പോയിരുന്നു . അവരെല്ലാം നല്ല രീതിയിൽ ജീവിക്കുന്നത് അമ്മയും അച്ഛനും എന്നും വീട്ടിൽ പറയും . പക്ഷെ പുറത്തേക്ക് പോകാനുള്ള വഴിയൊന്നും അവർക്കറിയില്ല . ഒരിക്കൽ അമ്മയ്ക്ക് കാര്യം പിടികിട്ടി . പത്തുകഴിഞ്ഞ അപ്പുറത്തെ അമ്മിണിഅമ്മയുടെ മകൻ വിദേശത്തുപോയി അല്ലലില്ലാതെ പട്ടിണിയില്ലാതെ കഴിയുന്ന കാഴ്ച , അത് പഠിപ്പിന് വലിയ കാര്യങ്ങൾ ചെയ്യാൻ കഴിയുമെന്ന് അമ്മയ്ക്ക് മനസ്സിലാക്കികൊടുത്തു . അങ്ങനെ ഒന്നും പഠിക്കാത്ത അച്ഛനും അമ്മയും മക്കളെ പഠിപ്പിച്ചുതുടങ്ങി . മലയാളികൾ അങ്ങനെയാണ് . കൊള്ളാവുന്നത് എടുക്കും അല്ലാത്തതിനെ കളയും . പക്ഷെ സമയമെടുക്കുമെന്ന് മാത്രം .

പഞ്ഞത്തിലൂടെ ഒരുപാട് നാളുകൾ തള്ളി നീക്കാൻ കഴിയില്ലെന്ന് മനസ്സിലാക്കി , അമ്മയുടെ വീട്ടിൽ നിന്നും ഇടുക്കിയിലേക്ക് പോകാമെന്ന് ഞങ്ങൾ തീരുമാനിച്ചു .

ആർക്കും സ്ഥലമറിയില്ല . പ്രമാണത്തിൽ മേൽവിലാസമുണ്ട്. ഒരു ദിവസം രാവിലെ അച്ഛൻ രണ്ടും കൽപ്പിച്ചങ്ങുപോയി . രണ്ട് ദിവസം കഴിഞ്ഞാണ് അച്ഛൻ തിരികെ വരുന്നത് .അന്ന് ആ മുഖത്തുകണ്ട ഒരു ചിരിയുണ്ട് . സന്തോഷത്തിന്റെ ചിരി , അത് ഒരിക്കലും മറക്കാനേ ഒക്കില്ല.

അമ്മ ആർത്തിയോടെ അച്ഛൻ പറയുന്ന കാര്യങ്ങൾ കേട്ടുകൊണ്ടിരുന്നു . ഞങ്ങളും .

അച്ഛൻ പറഞ്ഞു .

" നല്ല സ്ഥലം, എനിക്കിഷ്ടമായി. ഒരുപാട്
താമസ്സക്കാരൊന്നുമില്ല. ഒന്ന് കൂക്കിവിളിച്ചാൽ കേൾക്കും .
പക്ഷെ എല്ലാവരും നല്ല ആൾക്കാരാണെന്ന് തോന്നുന്നു .
നല്ല വീട് , ഓടിട്ടവീട് . അവിടെ നമ്മുടെ വീടിന് മാത്രമേ
ഓടുള്ളൂ . ബാക്കി എല്ലാ വീടുകളിലും ഓലയും
പുല്ലുമൊക്കെയൊ . പിന്നെ അടുത്ത് കടയില്ല , ദൂരെ
പോകണം ."

" അത് കുഴപ്പമില്ല, ആഴ്ച ഒരു ദിവസം പോയി വാങ്ങാം "

അമ്മ പറഞ്ഞു .

ചെറുത് രണ്ടും എന്നെ നോക്കി ചിരിച്ചു .

എനിക്ക് മനസ്സിലായി ,എനിക്കുള്ള പണിയാണ് .

അച്ഛൻ തുടർന്നു .

" നല്ല വീട്, അടുക്കള, പിന്നെ മൂന്ന് മുറി വേറെയും, പുറകോട്ട്
ഒരു ചായിപ്പുമുണ്ട്. മൊത്തത്തിൽ നല്ലതാ . പിന്നെ സ്ഥലം ,
കുരുമുളക് , കപ്പ , കുറച്ച് കാപ്പിയുണ്ട് , തെങ്ങുണ്ട് ,
പറങ്കിമാവ് അങ്ങനെ എല്ലാം . പട്ടിണികിടക്കണ്ട . അരിയും
പൊടികളും കുറച്ച് മണ്ണെണ്ണയും മതി ബാക്കിയെല്ലാം
അവിടൊണ്ട് . പിന്നെ നമ്മുടെ പുരയിടത്തിന് താഴെ ഒരു
തോട് പോകുന്നുണ്ട്. വീടിന് പുറകില് ഒരു ചെറിയ
ഉറവയുമുണ്ട് . ഒരു കൊച്ച് കിണറും.വെള്ളത്തിനൊന്നും ഒരു
പഞ്ഞവുമില്ല."

അമ്മ ചിരിച്ചുകൊണ്ട് കൈ കൊട്ടിപ്പോയി .

അത്രയ്ക്ക് സന്തോഷം

എല്ലാവർക്കും .

" നമുക്ക് ഉടനേ പോണം. "

അച്ഛൻ പറഞ്ഞു .

" നമുക്ക് എന്താണ് ഇവിടെ നിന്നും കൊണ്ടുപോകാനുള്ളത്.
കുറച്ചുപാത്രങ്ങളും തുണികളും പിന്നെ പിള്ളാരുടെ
പുസ്തകങ്ങളും , അത്രേ ഉള്ളു "

അമ്മ പറഞ്ഞു .

" അമ്മേ എനിക്ക് പരീക്ഷയാ. " ഞാൻ പറഞ്ഞു .

" അത് ശരിയാണല്ലോ? എന്ത് ചെയ്യും ? "അച്ഛൻ അമ്മയെ
നോക്കി പറഞ്ഞു.

എല്ലാവരുടേയും കണ്ണുകൾ അമ്മയുടെ മുഖത്ത് .

" അതിന് ഒരു കാര്യം ചെയ്യാം, അവനെ പരീക്ഷ കഴിയുന്ന
വരെ അപ്പുറത്തെ അമ്മിണിയമ്മയുടെ വീട്ടിലാക്കാം. പരീക്ഷ
കഴിഞ്ഞിട്ട് അവൻ ഇടിക്കിയിലോട്ട് വരട്ടെ ,അതല്ലേ നല്ലത് ? "

" ശരിയാ, അത് മതി, അതാ നല്ലത്."

അച്ഛൻ അത് ശരി വച്ചു .

ഞാനും തലയാട്ടി .

അമ്മ തുടർന്നു .

"അവിടെ സ്കൂളുണ്ടോ? ഇവിടെ കഴിഞ്ഞാ അവൻ
പത്തിലാ"

" ആ ഉണ്ട്, പക്ഷേ ദൂരെയാ, കുട്ടികളൊക്കെ കുറവാ, ഞാൻ
തിരക്കിയിരുന്നു. പത്താം ക്ലാസ്സുണ്ട് . അവിടെ ചേർക്കാൻ
പറ്റുമോന്ന് ഇങ്ങോട്ട് വരുന്ന വഴി ഞാൻ സ്കൂളിൽ പോയി
തിരക്കി . അവർക്ക് ഭയങ്കര സന്തോഷം , ഇവനെ അവിടെ
ചേർക്കാം "

അച്ഛൻ പറഞ്ഞു .

" ഓഹോ ... നിങ്ങൾക്ക് ബുദ്ധി വെച്ചു തുടങ്ങിയോ?" അമ്മ
ചിരിച്ചു കൊണ്ട് പറഞ്ഞു .

അച്ഛൻ ചിരിച്ചു .

ഞങ്ങളും .

അവർ എന്നെ അമ്മിണിയമ്മയുടെ വീട്ടിലാക്കി
ഇടുക്കിയിലേക്ക് പോയി . ഞാൻ പരീക്ഷ കഴിയുന്നവരെ
കാത്തിരുന്നു . എനിക്ക് അവരുടെ കൂടെ
പോകണമെന്നുണ്ടായിരുന്നു . പക്ഷേ പരീക്ഷ എഴുതാതെ
ചെന്നാൽ അമ്മ കൊന്നുകളയും .

 അവര് പോകുമ്പോൾ ,എങ്ങോട്ടാണ് ,എന്തിനാണ്
പോകുന്നതെന്ന് ആരോടും പറഞ്ഞിരുന്നില്ല . അമ്മയുടെ ആ
വീടും പുരയിടവും അമ്മ , അമ്മിണിയമ്മയുടെ ഒരു
ബന്ധുവിന് കച്ചവടമാക്കിയിരുന്നു . അതിന്റെ
സന്തോഷമാണ് അതുവരെ ഒരു സഹായവും ചെയ്യാത്ത
പിശുക്കത്തിയായ അമ്മിണിയമ്മ എന്നെ അവരുടെ വീട്ടിൽ
താമസിക്കാൻ സമ്മതിച്ചത് .

പക്ഷെ പോകുന്ന നേരം അമ്മ പറഞ്ഞു .

" സച്ചീ, നീ അപ്പുറത്തെ വീട്ടിൽ പോയി കിടക്കണ്ട. കഴിക്കാൻ
മാത്രം പോയാ മതി . നിനക്ക് പേടിയുണ്ടോ , ഒറ്റയ്ക്ക്
കിടക്കാൻ ? "

" ഇല്ല അമ്മേ ... "

ഞാൻ പറഞ്ഞു .

" ആ എന്നാ നീ ഇവിടെ കിടന്നാ മതി, അതുപോലെ നമ്മള്
പോകുന്ന സ്ഥലവും മറ്റ് കാര്യങ്ങളും ഒന്നും പറയരുത്.
ചോദിക്കുവാണെ തമിഴ്നാട്ടിൽ പോകുവാ അച്ഛന് അവിടെ
തോട്ടത്തിൽ പണി കിട്ടി എന്ന് പറയണം . മനസ്സിലായോ .
ഇല്ലേ നിന്റെ അച്ഛന്റെ സ്നേഹമുള്ള അമ്മ ആളേക്കൂട്ടി
വരും. അമ്മിണിയമ്മ വഴക്കുണ്ടാക്കാൻ ബഹു കേമിയാ ,

ആരെങ്കിലും നന്നാവുന്നത് അവർക്ക് കണ്ടൂടാ .
അതുകൊണ്ട് മോൻ ഒരു കാരണവശാലും അവരോട് ഒന്നും
പറയരുത് . ആരോടും ഒന്നും പറയരുത് . അവിടെ പോവുക,
കഴിക്കുക . എവിടെ വന്നിരുന്നു പഠിക്കുക . രണ്ട് ആഴ്ച
കഴിയുമ്പോ അച്ഛൻ വരും . കേട്ടോ ? "

" ഉം .. ഞാൻ പറയില്ല . ഞാൻ ഇവിടെ കിടന്നോളാം "

ഞാൻ തല കുലിക്കിക്കൊണ്ട് പറഞ്ഞു .

അങ്ങനെ അവർ പോയി . ഞാൻ അമ്മ പറഞ്ഞപോലെ
അമ്മിണിയമ്മയുടെ വീട്ടിൽ കഴിക്കാൻ വേണ്ടി മാത്രം
പോയി. ഒരു കാര്യം എനിക്ക് മനസ്സിലായി . അമ്മ പറഞ്ഞത്
ശരിയാണ് . അവിടെ ചെല്ലുന്ന സമയമെല്ലാം വീട്ടിലെ
കാര്യങ്ങൾ അമ്മിണിയമ്മ കുത്തി കുത്തി ചോദിക്കും ,
ഞാനൊന്നും പറയാൻ പോയില്ല . ഒരു നാലഞ്ചു ദിവസം
കഴിഞ്ഞുകാണും . വീടിന് മുന്നിൽ അച്ഛമ്മയും ചിറ്റപ്പനും
നിൽക്കുന്നു . ഞാൻ സ്കൂളിൽ നിന്നും വരുമ്പോൾ
അവരവിടെയുണ്ട് . വല്യച്ഛന്റെ മരണസമയത്ത് കണ്ടതാ .

ചിരിച്ചുകൊണ്ടുള്ള ആ നിൽപ്പ് കണ്ടപ്പോഴേ എന്തോ
പന്തികേട്തോന്നി .

" ആ നീ സ്കൂളിൽ പോകുന്നുണ്ടോ? നീ ഇവടെ
ഒറ്റക്കാണെന്നറിഞ്ഞു . നിന്നെ കൂട്ടിക്കൊണ്ട് പോകാനാ
അച്ഛമ്മ വന്നത് . അവര് ഇനി വരാനൊന്നും പോകുന്നില്ല .
എല്ലാം ഞാനറിഞ്ഞു . എടുക്കാനെന്തെങ്കിലും ഉണ്ടേൽ
എടുത്തോ . "

അവര് അധികാരത്തോടെ എന്നോട് പറഞ്ഞു .

" എനിക്ക് പരീക്ഷയുണ്ട്. അല്ലേത്തന്നെ ഞാനെന്തിനാ
വരുന്നേ , പരീക്ഷ കഴിയുമ്പോ അച്ഛൻ വരും എന്നെ
കൂട്ടാൻ.ഞാൻ നിങ്ങടെ കൂടൊന്നും വരുന്നില്ല "

ഞാൻ പറഞ്ഞു .

"എന്താടാ കഴുവേറി പറയുന്നെ? കൂടെ വന്നോണം   ,
പറഞ്ഞതങ്ങുകേട്ടാ മതി , നിന്നെ കളഞ്ഞിട്ട് പോയതാ നിന്റെ
തന്ത , അവൻ വരാനൊന്നും പോകുന്നില്ല , പട്ടിണി കിടന്ന്
ചാവണ്ടേ കൂടെ വന്നോ "

ചിറ്റപ്പൻ   ചീറി

" അച്ഛൻ പരീക്ഷ കഴിയുമ്പോ വരും. അച്ഛന് തമിഴ്നാട്ടിൽ
പണി കിട്ടി . ഞാൻ പട്ടിണിയൊന്നുമല്ല , എനിക്ക് ചോറ്
അപ്പുറത്ത് വീട്ടിൽ പറഞ്ഞേൽപ്പിച്ചിട്ടാ അവര് പോയത് .
എന്നോട് അവിടെ കിടക്കാനും പറഞ്ഞാരുന്നു . എനിക്ക്
പഠിക്കാനുണ്ടായതുകൊണ്ട് ഞാൻ എവിടെ നിൽക്കുന്നു .
കഴിക്കാറാകുമ്പോ അങ്ങോട്ട് പോകും . അല്ലേ അപ്പുറത്ത്
അമ്മിണിയമ്മയുണ്ട് ചോദിച്ചു നോക്ക് . ഞാൻ നിങ്ങടെ
കൂടെ വരത്തില്ല . "

ഞാൻ മുഖത്ത് നോക്കാതെ പറഞ്ഞു .

" അവന്റെ അഹങ്കാരം കണ്ടില്ലേ? ഇതിനൊക്കെ
പുറംപൊളിയുന്ന തല്ലാ നല്ലത് . "

ചിറ്റപ്പൻ തുള്ളികൊണ്ട് .

അവിടെ കിടന്ന ഒരു പത്തലുകമ്പ് ചാടിയെടുത്തു . പിന്നെ
എന്റെ നേരെ പാഞ്ഞുവന്നു .

ഞാൻ തറയിൽ കിടന്ന ഒരു കൂർത്ത കല്ല് കുനിഞ്ഞെടുത്തു .

അത് കണ്ട് അയാളൊന്ന് പതറിയതായി തോന്നി .

" ഡാ, ചെക്കനെ പേടിപ്പിക്കാതെ ആ കമ്പ് കള "

അച്ഛമ്മ പറഞ്ഞു .

അയാൾ കമ്പ് ദേഷ്യത്തോടെ വലിച്ചെറിഞ്ഞു .

അയാൾ എന്നെ നോക്കി പല്ലുറുമുന്നുണ്ടായിരുന്നു .

" ചെറുക്കാ നിന്റെ നല്ലതിനാ പറയുന്നെ, ആ
എന്തേലുമാകട്ടെ, അവനെവിടാ പോയത്, എന്താ ജോലി? "

അച്ഛമ്മ എന്നോട് ചോദിച്ചു .

അമ്മ അച്ഛമ്മയെ കുറിച്ച് പറഞ്ഞ കാര്യങ്ങൾ എന്റെ
തലയിൽ മുഴങ്ങി കേട്ടുകൊണ്ടിരുന്നു . എല്ലാം സത്യമാണ് .

അച്ഛമ്മയുടെ മുഖത്ത് അമ്മ പറഞ്ഞ കഥയിലെ
സൂത്രശാലിയായ ചെന്നായയെ ഞാൻ കണ്ടു .

" ഞാൻ പറഞ്ഞാരുന്നല്ലോ, അച്ഛനും അമ്മയും എല്ലാരും
കൂടി തമിഴ്‌നാട്ടിൽ പോയതാ. അവിടെ ഏതോ എസ്റ്റേറ്റിലാ
ജോലി , അതേ എനിക്കറിയത്തോള്ള് "

ഞാൻ പറഞ്ഞു .

" ആ ... ഈ വീടൊക്കെ വിറ്റെന്ന് കേട്ടല്ലോ? കാശൊക്കെ
കിട്ടിയോ ? അവിടെ കൊറച്ചുപേരൊണ്ട് , ഇങ്ങനെയുള്ള
കാര്യങ്ങളൊക്കെ എല്ലാരും അറിയണ്ടെ, നിനക്ക് വല്ലോം
അറിയാമോ ? "

അച്ഛമ്മ വീണ്ടും ചോദിച്ചു .

" എനിക്ക് അറിയത്തില്ല, ചിലപ്പോ വിറ്റുകാണും. അമ്മയുടെ
വീടല്ലേ , അമ്മയ്ക്ക് ആരോടും പറയണ്ട കാര്യമില്ലല്ലോ.
എന്നേക്കാൾ കൂടുതൽ അമ്മിണിയമ്മയ്ക്ക്
അറിയാമായിരിക്കും . "

ഞാൻ പറഞ്ഞു .

" ആ ... നീ വിളഞ്ഞ വിത്താ, ഇവിടെ പട്ടിണികിടന്ന് ചത്തോ,
ഇനി നീ ആയി നിന്റെ കാര്യമായി "

എന്നോട് രൂക്ഷമായ നോട്ടത്തോടുകൂടി പറഞ്ഞിട്ട് ,

 ഒറ്റ തിരിയൽ .ഒറ്റ പോക്ക് .

ചിറ്റപ്പൻ പുറകേ ഓടി .

അവരുടെ വേഗത അത്രയ്ക്കുണ്ടായിരുന്നു .

അവർ കണ്ണിൽനിന്നും മറയുന്നവരെ ആ ഹാസ്യ രംഗം
ഞാൻ നോക്കി നിന്നു . അപ്പോഴാണ് ഒരു ശബ്ദം കേട്ടത് ,
കരിയില ചവിട്ടുമ്പോഴുണ്ടാകുന്ന ശബ്ദം .
അമ്മിണിയമ്മയുടെ വീടിന്റെ ഭാഗത്ത് നിന്നാണ് ആ ശബ്ദം
വന്നത് . ഞാൻ അങ്ങോട്ട് നോക്കി . പറങ്കിമാവിന്റെ മറവിൽ
അവർ , അമ്മിണിയമ്മ . വാർത്തയറിയാനെത്തിയതാ .
എന്നെ കണ്ടതും ഒരു വളിച്ച ചിരികാട്ടികൊണ്ട്
പറങ്കിമാവിന്റെ മുകളിലേക്ക് നോക്കി ഒന്നുമറിയാത്ത പാവം
പോലെ പോയി .

എനിക്ക് കാര്യം മനസ്സിലായി .ഇവരാണ് അച്ഛമ്മ ഇങ്ങോട്ട്
വരാനുള്ള കാരണം .എനിക്ക് ഉള്ളിൽ ചിരി വന്നു , അത്
ചെറുതായി പുറത്തേക്കും വന്നു .

ഞാൻ വീട്ടിലേക്ക് കയറുമ്പോൾ അച്ഛമ്മയെ കുറിച്ചാണ്
ആലോചിച്ചത് . എന്തൊരു സ്ത്രീയാണ് . അമ്മയോട് കാട്ടിയ
അഹങ്കാരത്തിന് കണക്കില്ല .ആഹാരം
കൊടുക്കാതിരിക്കുക .അച്ഛനോട് സംസാരിക്കാൻ
സമ്മതിക്കാതിരിക്കുക . വീട്ടിലെ സകല പണികളും
ചെയ്യിക്കുക അങ്ങനെ പട്ടിക നീളുന്നുണ്ട് . ഒരു സ്ത്രീയെ
മറ്റൊരു സ്ത്രീയ്ക്ക് കണ്ടുകൂടെന്ന് പറയുന്നതിന് എന്തോ
കാരണമുണ്ട്.   വെറും പതിനാല് കഴിഞ്ഞ
ഞാനെന്തുപറയാനാണ് . ബഹുജനം പലവിധം. അന്നും
രാത്രി അമ്മിണിയമ്മയുടെ വീട്ടിലായിരുന്നു ഭക്ഷണം .
അന്ന് നടന്ന കാര്യങ്ങളുമായി ഒരു ബന്ധവുമില്ലാത്ത
രീതിയിലായിരുന്നു അവരുടെ പെരുമാറ്റം . വിഭവങ്ങളും
കൂടുതൽ , ഭയങ്കര സ്നേഹവും .

ഞാൻ നല്ലപോലെ കഴിച്ചു . പിന്നെ ഏമ്പക്കവും വിട്ട്
വീട്ടിലേക്ക് പോയി .

ഒടുവിൽ ആ ദിവസം വന്നെത്തി .

ഞാൻ പരീക്ഷ കഴിഞ്ഞിറങ്ങുമ്പോൾ അച്ഛൻ ഹെഡ്മാസ്റ്ററുടെ മുറിയിൽ നിന്നും പുറത്തേക്ക് വരുന്നു.

അങ്ങനെ അവിടുത്തെ പഠിത്തം അവസാനിച്ചു.

എല്ലാവരോടും യാത്ര പറഞ്ഞുകൊണ്ട് ഞാൻ അച്ഛനോടൊപ്പം പുറപ്പെട്ടു. അച്ഛൻ വീട്ടിൽ നിന്നും ബാക്കിയുള്ള സാധനങ്ങളും എടുത്തിരുന്നു. സ്ക്കൂളിൽ നിന്നുതന്നെ ഞങ്ങൾ യാത്ര തുടങ്ങി.

വാഹനങ്ങൾ കയറിയിറങ്ങി പിറ്റേന്ന് ഞങ്ങൾ പുതിയ വാസസ്ഥലത്തെത്തി.

നല്ല തണുപ്പ്, വലിയ ആകാശം, മനസ്സ് കുളിർന്നു.

" കുളി കഴിഞ്ഞോ? "

അമ്മ വീടിനകത്തുനിന്നും ഉറക്കെ ചോദിച്ചുകൊണ്ട് പുറത്തേക്കുവന്നു.

"അമ്മ കണ്ടില്ലേ, ചേട്ടൻ നിന്ന് വിറയ്ക്കുന്നത്."

ഗോപി ഉറക്കെ ചിരിച്ചുകൊണ്ട് പറഞ്ഞു.

എന്റെ വിറയൽ കണ്ട് എല്ലാവരും ചിരിച്ചു.

അമ്മ എന്റെ തലയിൽ തടവിനോക്കി.

" നല്ലപോലെ ഇപ്പോഴും തല തോർത്താൻ പോലുമറിയില്ല "

അമ്മ തോളത്ത് കിടന്ന തോർത്തെടുത്ത് എന്റെ തല തോർത്തി.

സന്തോഷം.

നല്ല തണുപ്പ്.

ചുവന്ന സൂര്യൻ

ദൂരെ പൊട്ടുപോലെ പ്രകാശം , വിശാലമായ ആകാശം

പിന്നെ മൂക്കിലേക്ക് ഇക്കിളിയിട്ട് കയറുന്ന

കപ്പയുടെ , നല്ല പുളിയിട്ട മീൻകറിയുടെ മണം

ജീവിതം സ്വർഗ്ഗമായപോലെ .

ചുറ്റുമുള്ളതെല്ലാം ഒരു സ്വപ്നംപോലെ തോന്നി .

ഈ നിമിഷം ഇങ്ങനെ നിന്നിരുന്നെങ്കിൽ .

2) അവൾ

ഞങ്ങൾ മൂന്ന് പേരും അട്ടിയിട്ടപോലെ ഒരു മുറിയിൽ
കിടന്നു , യാത്രയുടെ ക്ഷീണം എന്നെ ഉറക്കത്തിലേക്ക്
തള്ളിവിട്ടു . എന്റെ കൺപോളകൾ അടയുമ്പോൾ ഞാൻ
കണ്ടു മുറിയുടെ വാതിൽക്കൽ അച്ഛനും അമ്മയും
ഞങ്ങളെ നോക്കി നിൽക്കുന്നു . അച്ഛൻ അമ്മയുടെ
തോളിൽ കൈവച്ചിരുന്നു . അമ്മ അച്ഛന്റെ കൈകളിൽ
ഒരുമ്മനൽകി . പിന്നെ ആ കൈകളിലേക്ക് തല താഴ്ത്തി .
ആ മനോഹര ദൃശ്യം കണ്ടുകൊണ്ട് ഞാൻ ഉറക്കത്തിലേക്ക്
വഴുതിവീണു .

മനസ്സിൽ പലതരം സ്വപ്നങ്ങൾ വരി വരിയായി
വന്നുകൊണ്ടിരുന്നു .

അതിൽ അവളും വന്നു , അവൾ " ചാരു " . അവളുടെ
ചിരിക്കുന്ന , നാണമുള്ള മുഖം . കുട്ടിപ്പാവാടയിട്ട് ചുവന്ന
ബ്ലൗസുധരിച്ച അവൾ എന്നും നീളൻ മുടിയിൽ
തുളസിക്കതിർ ചൂടിയിരുന്നു . അവൾക്കുവേണ്ടി
ചാമ്പക്കയും നെല്ലിക്കയും മാങ്ങയും പുളിഞ്ചിക്കയുമൊക്കെ
പറിച്ചുകൊണ്ട് ഞാൻ ഒളിച്ചുനിന്നിരുന്നു . നേരിട്ട്
കൊടുക്കാൻ എന്തോ ഒരു ഭയം . അവളുടെ
അടുത്തെത്തുമ്പോൾ കാല് വിറയ്ക്കും . മൂത്രമൊഴിക്കാൻ
തോന്നും ആകെ ഒരു പരവേശം . അതുകൊണ്ട് രഘുവിന്റെ
കൈയ്യിൽ കൊടുത്തുവിടും . അവൾ അത് വാങ്ങി
നെഞ്ചോടുചേർന്ന ബുക്കിന് പുറകിൽ ഒളുപ്പിക്കുമ്പോൾ
ഞാനവളുടെ നെഞ്ചിൽ തല ചേർത്തതുപോലെ തോന്നും .
അപ്പോൾ എന്നെ നോക്കി അവളുടെ ഒരു ചിരിയുണ്ട് , ഹോ
.... എന്തോ പോലെ തോന്നും .

ഒരു ദിവസം രഘുവിന്റെ വീട്ടിൽ പോകാൻ തീരുമാനിച്ചു,
ഞാൻ അങ്ങോട്ട് സാധാരണ പോകാറില്ല, കാരണം അവന്റെ
അമ്മയാണ് . അവന് അച്ഛനില്ല . അവരെ ഉപേക്ഷിച്ചു
പോയതാണ് . ലീല എന്നായിരുന്നു അവന്റെ അമ്മയുടെ
പേര് . 'ആണുങ്ങളെ വളച്ചെടുക്കുന്ന യക്ഷി 'എന്നാണ്
പലരും ലീലചേച്ചിയെ പറ്റി പറയാറ്.

ഞാൻ അവരെ 'ലീല ചേച്ചി' എന്നാണ് വിളിക്കുന്നത് .
ഒരിക്കൽ ഞാൻ അമ്മയെന്ന് വിളിച്ചപ്പോൾ ചേച്ചിയെന്ന്
വിളിക്കാൻ പറഞ്ഞിട്ട് കവിളിൽ ഒരു നുള്ളും തന്നു . അന്ന്
മുതൽ അവരെ ഞാൻ ചേച്ചിയെന്നാ വിളിക്കുന്നത് .
അവർക്ക് പ്രായം കുറവാണ് .

പക്ഷെ അവരുടെ വീട്ടിൽ പോകാൻ എനിക്ക്
പേടിയായിരുന്നു. പക്ഷെ അതുവഴി ഞാൻ പോകാറുണ്ട്
തോട് വാരം മീൻ പിടിക്കാൻ ചൂണ്ടയുമായി . ഒറ്റയ്ക്കാണ്
സഞ്ചാരം. അതായിരുന്നു ഇഷ്ടവും . മിക്ക ദിവസങ്ങളിലും
അവരെ തോട്ടിൽ കാണാം . കഴുകുകയും
കുളിക്കുകയുമൊക്കെ ആയിരിക്കും . അത് കാണാൻ
പലരും അതുവഴി പോകാറുമുണ്ട് . നെഞ്ചിന് മുകളിൽ
കൈലി കെട്ടി അവർ വെള്ളത്തിൽ നിന്നുകൊണ്ട്
തുണികഴുകും . ചിലപ്പോൾ രഘു കാണും കൂടെ , പക്ഷേ
അവൻ വരുന്നത് ; ആ സമയം വേറെയും പെണ്ണുങ്ങൾ
അവിടെ അലക്കാൻ വരും, അവരുമായി
സംസാരിച്ചിരിക്കാനാണ്. അവന്റെ ഇഷ്ടവിനോദം .

എന്തായാലും അന്ന് ഞാൻ അവരുടെ വീട്ടിൽ പോകാൻ
തീരുമാനിച്ചു . ചാരു , രഘുവിന്റെ അയൽപക്കമാണ്. നാളെ
അവളുടെ പിറന്നാളാണ് . അവൾക്ക് സമ്മാനം കൊടുക്കണം
അതും നേരിട്ട് . പലപ്പോഴായി കരുതിയ ചില്ലറകൾ
കൂട്ടിവച്ചുകൊണ്ട് ഞാനൊരു പാവാട വാങ്ങി, ഒരു മഞ്ഞ
പാവാട .

അതുമായി രാവിലെ ഞാൻ അവന്റെ വീട്ടിലെത്തി . അവിടെ
അവൻ ഉണ്ടായിരുന്നില്ല . ചേച്ചിയുണ്ടായിരുന്നു .

" എന്താണ് പതിവില്ലാതെ , ഇങ്ങോട്ട് ? "

അവർ ചെറുതായി കുഴഞ്ഞുകൊണ്ട് എന്റെ അടുത്തേക്ക്
വന്നു . ഞാൻ അവരുടെ മുറ്റത്താണ് നിന്നിരുന്നത് . അവർ
കൈലിയും ബ്ലൗസുമായിരുന്നു വേഷം . പൊക്കിളിന് താഴെ
വച്ചാണ് അവർ കൈലി ധരിച്ചിരുന്നത് . ഞാനറിയാതെ

എന്റെ കണ്ണുകൾ അവരുടെ ദേഹത്തിഴഞ്ഞുകൊണ്ടിരുന്നു .
അവർ എന്റെ അടുത്തുവന്ന് തോളിൽ പിടിച്ചു .

"എന്താണ് ഒരു നോട്ടം ? ."

"ഒന്നുമില്ല"

ഞാൻ തലകുനിച്ചുനിന്ന് പറഞ്ഞു .

"ഇതെന്താ ഒരു പൊതി "

ഞാൻ ആ പൊതി എന്റെ പുറകോട്ടു മാറ്റിപ്പിടിച്ചു .

"ഒന്നുമില്ല " ഞാൻ പറഞ്ഞു.

" ഓഹോ അതൊന്ന് കാണണമല്ലോ "

അവർ എന്നെ ആലിംഗനം ചെയ്യുന്നപോലെ ചുറ്റിപിടിച്ചു.

എന്റെ ശ്വാസം നിലച്ചപോലെയായി .

അവർ ആ പൊതി പിടിച്ചുവാങ്ങി .

അത് തുറന്നുനോക്കി .

" പാവാട? ആർക്കാണ് , എന്താണ് പരിപാടി ? "

അവർ ചോദിച്ചു .

 ഞാൻ തലകുനിച്ചു നിന്നു .

എന്റെ തൊണ്ടയിലെ വെള്ളം മുഴുവൻ വറ്റിപോയിരുന്നു .
ഞാൻ ചെറുതായി വിറയ്ക്കുന്നുണ്ടായിരുന്നു .

അവർ വീണ്ടും എന്റെ അടുത്തേക്ക് വന്നു.

ഞാൻ തലകുനിച്ചുതന്നെ നിന്നു .

" നീ എന്താ പേടിക്കുന്നെ , ഞാൻ ആരോടും പറയില്ല .
ആർക്കാണ് ? "

അവർ ചോദിച്ചു .

ഞാൻ പതിയെ തലഉയർത്തി അവരെ നോക്കി , പിന്നെ അടുത്ത വീട്ടിലേക്ക് നോക്കി

അവർക്ക് കാര്യം മനസ്സിലായെന്ന് തോന്നി .

" ഓഹോ, പ്രേമമാണോ "

ഞാൻ തലകുനിച്ചു .

അവർ വീണ്ടും ചോദിച്ചു .

" ആണോ? "

"ഉം "

ഞാൻ മൂളി .

അവർ കുലുങ്ങി കുലുങ്ങി ചിരിച്ചു .

ഞാൻ അവരുടെ മുഖത്തേയ്ക്ക് നോക്കി . എനിക്ക് ആദ്യമായി അവരോട് ദേഷ്യം തോന്നി .

എന്റെ പല്ലുകൾ ഉറുമുന്നത് എനിക്ക് തന്നെ കേൾക്കാമായിരുന്നു . എനിക്ക് ദേഷ്യം അടക്കാൻ കഴിയുന്നില്ല .

പക്ഷെ പെട്ടന്ന് അവർ ചിരി നിർത്തി .

പിന്നെ എന്റെ തലയിൽ തലോടി .

" ആർക്കാ, ചാരുവിനാണോ? "ആ ചോദ്യത്തിൽ ഏതോ പറയാൻ കഴിയാത്ത ഭാവമായിരുന്നു.

" ഉം ..." ഞാൻ വീണ്ടും മൂളി .

" നീ നല്ല കുട്ടിയാ, നിനക്ക് ഇഷ്ടമാണെന്ന് എനിക്ക് മനസ്സിലായി, അവൾക്ക് നിന്നെ ഇഷ്ടമാണോ? അവള് പറഞ്ഞോ ?"

" ഇല്ല "ഞാൻ പറഞ്ഞു.

" അപ്പൊ നീ ഇതുവരെ, അവളോട് പറഞ്ഞിട്ടില്ലേ?

" ഇല്ല " ഞാൻ പറഞ്ഞു. എന്റെ തല താണിരുന്നു .

" ആദ്യമായിട്ടാണോ അവൾക്ക് എന്തെങ്കിലും ഇങ്ങനെ കൊടുക്കുന്നെ? "

" അല്ല, ഒരുപാട് കൊടുത്തിട്ടുണ്ട്, എല്ലാം കഴിക്കാനുള്ളതാ , അവളെ കാണുമ്പോ എനിക്ക് വിറയലാവും , അത് കൊണ്ട് എല്ലാം ഞാൻ രഘുവിന് കൊടുക്കും , അവനാ കൊടുക്കുന്നെ , കൊടുത്തിട്ട് ഞാൻ തന്നതാന്ന് അവൻ പറയും , അവൾ എന്നെ നോക്കി ചിരിക്കും . എന്നോട് ഇഷ്ടമുണ്ടായത് കൊണ്ടാണല്ലോ അവള് ചിരിക്കുന്നെ, അതുകൊണ്ട് ഈ പാവാട ഞാൻ നേരിട്ട് കൊടുക്കും . എന്നിട്ട് അവളുടെ മുഖത്ത് നോക്കി , പിറന്നാൾ ആശംസയും ഇഷ്ട്ടമാണെന്നും പറയും"

ഞാൻ ധൈര്യത്തോടെ , സന്തോഷത്തോടെ ,അവരുടെ മുഖത്തേക്ക് നോക്കി പറഞ്ഞു .

 അവർ ചെറുതായി ചിരിച്ചു . എന്റെ തലയിൽ തലോടി.

" വാ ..."

അവർ എന്റെ കൈ പിടിച്ച് ആ വീടിന്റെ ഇറയത്തേക്ക് കയറി, അവിടെ ഒരു കയറ് കട്ടിലുണ്ടായിരുന്നു .

" ഇരിക്ക് "

അവർ എന്നോട് പറഞ്ഞു .

ഞാൻ ഒരു യന്ത്രം കണക്കെ ഇരുന്നു . എന്റെ
ശ്വാസമെടുപ്പിന്റെ ശക്തി കൂടി . ദേഹമെല്ലാം തരിക്കുന്നുണ്ട് .

" എന്താണ് ഒരു വല്ലായിക , സുഖമില്ലേ " ഒരു
കള്ളച്ചിരിയോടെ അവർ ചോദിച്ചു .

" ഒന്നുമില്ല, എനിക്ക് പോണം " ഞാൻ വിറച്ചു കൊണ്ട്
പറഞ്ഞു.

" ഡാ ... ചെക്കാ ഞാൻ നിന്നെ പിടിച്ച് തിന്നാനൊന്നും
പോകുന്നില്ല, അവിടിരി , കാപ്പി എടുക്കാം , നല്ല കപ്പ
പുഴുങ്ങിയതൊണ്ട് , പിന്നെ കാന്താരി ചതച്ചതും , ഞാൻ
ഇപ്പൊ എടുക്കാം "

അതും പറഞ്ഞു അവർ അകത്തേക്കുപോയി .

എന്റെ വായിൽ വെള്ളമോടി . ഞാൻ അവരുടെ ഇളകിയുള്ള
നടത്തം നോക്കിയിരുന്നു .

അൽപ്പ സമയം കഴിഞ്ഞപ്പോൾ അവർ തിരികെ വന്നു.
കൈയ്യിൽ രണ്ടു പാത്രങ്ങളുണ്ട് , അത് വച്ചിട്ട് വീണ്ടും അവർ
അകത്തേക്ക് പോയി . പിന്നെയും എന്റെ മുന്നിൽ ഒരു
ചട്ടിയുമായി പിന്നെ രണ്ട് ഗ്ലാസ്സ് കടും കാപ്പിയും നിറന്നു .
ചട്ടിയിൽ ഇന്നലത്തെ മുളകിട്ട ചുവന്ന മീൻകറി . വായ
വെള്ളം കൊണ്ട് നിറഞ്ഞു .

അവർ , 'ലീല ചേച്ചി' എന്റെ എതിർവശത്തിരുന്നു .

" കഴിക്ക് " ലീല ചേച്ചി എന്റെ മുഖത്തേക്ക് നോക്കി പറഞ്ഞു.
ആ മുഖം എനിക്ക് ആദ്യമായി സുന്ദരമായി തോന്നി .
ചാരുവിനേക്കാൾ സുന്ദരം .

ഞാൻ കഴിച്ചു തുടങ്ങി .

"ഹോ, എന്തൊരു രുചി "

ഞാനറിയാതെ ഉള്ളിൽ പറഞ്ഞുപോയി . അവരും അതെ പാത്രത്തിൽ നിന്നും വാരിക്കഴിച്ചു , എനിക്ക് അതിൽ എന്തോ ഒരു വിഷമവും തോന്നിയില്ല .

കഴിച്ചു കൊണ്ടിരിക്കുന്ന സമയം അവർ എന്നെ വിളിച്ചു.

" സച്ചി "

"ഉം " ഞാൻ മൂളിക്കൊണ്ട് അവരെ തല ഉയർത്തി നോക്കി.

" നീ ആ ചാരുവിനെ മറന്ന് കള "

ഞാൻ ഒരു നിമിഷം അങ്ങനെ ഇരുന്നു .

അവർ തുടർന്നു .

" രഘുവിനെ നിനക്ക് ഇതുവരെ മനസ്സിലായില്ലേ, സച്ചി, അവനും അവളും പ്രേമത്തിലാണ് , കുറേ നാള് കൊണ്ട്, ഒരിക്കൽ ഞാൻ ഇവിടെ കയറി വന്നപ്പോ അവനവളെ ഉമ്മവെച്ചുകൊണ്ടിരിക്കുന്നതാണ് കണ്ടത് . ഒന്നുകിൽ അവൻ നിന്നെ പറ്റിക്കുന്നു ,അല്ലേ രണ്ടുപേരും ചേർന്ന് പറ്റിക്കുന്നു . എന്റെ മകനായത് കൊണ്ട് പറയുവല്ല , അവന് അവന്റെ തന്തയുടെ ഊരാ, എല്ലാവരേയും പറ്റിക്കും . ഈ പ്രായത്തിലും അവന് എല്ലാ പെണ്ണുങ്ങളും ഒരുപോലാ , അത് അമ്മയായാലും ചെരുവായാലും , നിനക്ക് നല്ല മനസ്സാ , നീ ഒരിക്കലും കണ്ണടച്ച് ആരേയും വിശ്വസിക്കരുത് കേട്ടോ , വിഷമിക്കണ്ട , ഇതൊക്കെ ജീവിതത്തിൽ ഉള്ളതാ . "

എനിക്ക് എന്ത് പറയണമെന്നോ എന്ത് ചെയ്യണമെന്നോ മനസ്സിലായില്ല .

കണ്ണിൽ ഇരുട്ടുകയറി .

അവർ എന്നെ താങ്ങിപ്പിടിക്കുന്നതാണ് അവസാനം എന്റെ ഓർമ്മയിൽ .

എത്ര നേരം ഞാൻ അങ്ങനെ കിടന്നെന്നറിയില്ല . മണിക്കൂറുകൾ കിടന്നിട്ടുണ്ടാവണം . ഞാനുണർന്നപ്പോൾ

ആരും അവിടെ ഉണ്ടായിരുന്നില്ല . ഞാൻ പതിയെ
ഏഴുന്നേറ്റു. ആ കട്ടിലിൽ കുറച്ചുനേരം അങ്ങനെ തന്നെ
ഇരുന്നു .

" ആ എഴുന്നേറ്റോ? "

ഞാൻ തിരിഞ്ഞുനോക്കി , ലീല ചേച്ചി

അവർ ഒരു വെളുത്ത മുണ്ട് നെഞ്ചത്ത് കയറ്റി
ഉടുത്തിരിക്കുന്നു .

ഈറനണിഞ്ഞ അവരുടെ പുറത്തെ ജലത്തുള്ളികളിൽ
പ്രകാശം തട്ടി തിളങ്ങി , കുളി കഴിഞ്ഞു വരുന്ന വഴിയാണ് .
അവർ സുന്ദരിയാണ് . അതി സുന്ദരി.

എനിക്ക് നോട്ടമെടുക്കാൻ കഴിഞ്ഞില്ല .

" നീ നോക്കി കൊല്ലുമോ? ഒരു പെണ്ണ് പറ്റിച്ചെന്ന് കേട്ട്
ബോധം കെട്ടുപോകുന്ന ഒരാളെ ഞാൻ ആദ്യമായി
കാണുവാ, നോക്കി കൊല്ലാതടാ , ഇപ്പൊ ശരിയായയോ?"

" ഉം .." ഞാൻ മൂളി

പക്ഷെ അവരുടെ മുഖത്ത് നിന്ന് കണ്ണുകളെടുക്കാൻ
എനിക്ക് തോന്നിയില്ല .

ആദ്യമായിട്ടാണ് ഞാൻ വീടിന് പുറത്തുള്ള ഒരു പെണ്ണിന്റെ
മുഖത്ത് സങ്കോചമില്ലാതെ നോക്കുന്നത് . എനിക്ക്
അവരോട് ആരാധന തോന്നി . അവർ എന്റെ ആരോ
ആണെന്ന് തോന്നി.

" ഞാൻ ദാ, വരുന്നു. ഇതൊക്കെ ഒന്ന് മാറട്ടെ . "

ഇതും പറഞ്ഞുകൊണ്ട് , ചിരിച്ചുകൊണ്ട് അവർ അകത്തെ
മുറിയിലേക്ക് പോയി , അവർ വാതിൽ ചാരിയിരുന്നില്ല .
പക്ഷേ എന്റെ മനസ്സിലുള്ള അവരുടെ രൂപത്തിന് മാറ്റം വന്ന്
തുടങ്ങിയിരുന്നു . എന്റെ മനസ്സിന്റെ ഒരു കോണിൽ പോലും

അവരെ വൃത്തികേടായ രീതിയിൽ അപ്പോൾ മുതൽ എനിക്ക് കാണാൻ കഴിഞ്ഞില്ല .

ഞാൻ പതിയെ എഴുന്നേറ്റു . പിന്നെ തറയിൽ മൊന്തയിലിരുന്ന വെള്ളമെടുത്ത് മുഖം കഴുകി .

നേരം നല്ലപോലെ വെളുത്തു. വെയിൽ വന്ന് തുടങ്ങി . അതിരാവിലെ എത്തിയതാ ഇവിടെ , ഒന്ന് രണ്ട് മണിക്കൂർ ഓർമ്മയില്ലാതെ കിടന്നെന്നു തോന്നുന്നു . എനിക്ക് എന്നോട് പുച്ഛം തോന്നി . രണ്ടുപേരും ചേർന്ന് ഭംഗിയായി പറ്റിച്ചിരിക്കുന്നു .

" സച്ചി.... " ഒരു വിളി .

ഞാൻ ആ വിളിയുടെ ദിക്കിലേക്ക് നോക്കി .

അത് അവളായിരുന്നു .

ചാരു

ഞാൻ അവളെ നോക്കി ചിരിച്ചു .

" രഘു, പട്ടണത്തിൽ പോയതാ, ഏതോ ബന്ധുവിന്റെ അടുത്ത്, നാളെയേ വരത്തുള്ളൂ "

അവൾ പറഞ്ഞു .

അവൾ നന്നായി അണിഞ്ഞൊരുങ്ങിയിരുന്നു . മുല്ലപ്പൂവ് ചൂടിയിരുന്നു . കണ്ണെഴുതിയിരുന്നു .

അവൾ , ആ മഞ്ഞ പാവാട ധരിച്ചിരുന്നു . നീല ഉടുപ്പും . അത് ഞാൻ വാങ്ങിയതാണ് . എനിക്ക് ഉറപ്പായിരുന്നു . കാരണം അതിന് ആ കറുത്ത കരയുണ്ടായിരുന്നു .

ഞാൻ വീടിന് അകത്തേക്ക് നോക്കി .അകത്തു നിന്ന് അവർ, ലീല ചേച്ചി ,അവരെന്നെ നോക്കി മന്ദഹസിച്ചു. ഞാൻ മയങ്ങിക്കിടന്ന സമയത്ത് ചാരുവിന് അവർ ആ

പാവാട കൊടുത്തിട്ടുണ്ടാവും . ഞാൻ ഓർത്തു . അവരുടെ ചിരിയിൽ അത് ഉണ്ടായിരുന്നു .

ചാരു തുടർന്നു .

"ഇന്നെന്റെ പിറന്നാളാ,ഉച്ചക്ക് ഉണ്ണാനുണ്ടാകുമോ?"

ഞാൻ സംശയത്തോടെ പുറകോട്ട് നോക്കി , എന്നോടാണോ അതോ ലീലചേച്ചിയോടോ .

എന്റെ സംശയം അവൾക്ക് മനസ്സിലായെന്ന് തോന്നുന്നു .

" സച്ചിയോടാ, രഘുവിന്റെ അമ്മയെ ഞാൻ വിളിച്ചതാ, അപ്പൊ അമ്മ തന്നതാ ഈ പാവാട, എങ്ങനുണ്ട് കൊള്ളാമോ? "

അവൾ ചോദിച്ചു .

" കൊള്ളാം " ഞാൻ പറഞ്ഞു.

" ഇട്ടത് കാണിക്കാൻ വന്നതാ, സച്ചി വരുമോ ഊണിന്."

ഞാൻ പുറകോട്ട് നോക്കി .ലീല ചേച്ചി വരാമെന്ന് പറയാൻ ആംഗ്യം കാണിച്ചു . പിന്നെ ഞാൻ ഒന്നും ആലോചിച്ചില്ല .

" വരാം " ഞാൻ പറഞ്ഞു.

" ആണോ, ശരിക്കും, എന്നാ ഞാൻ അമ്മയോട് പറയട്ടെ, ഉറപ്പായിട്ടും വരണേ ... "അവൾക്ക് സന്തോഷം. അവൾ ഇതും പറഞ്ഞുകൊണ്ട് വീട്ടിലേക്ക് ഓടി .

ഞാൻ വീണ്ടും തിരികെ ചേച്ചിയെ നോക്കി . അവർ റോസ് നിറമുള്ള വലിയ പൂക്കളുള്ള സാരി ഉടുത്തിരിക്കുന്നു . എന്തൊരു സുന്ദരിയാണ് ഈ സ്ത്രീ . ഞാൻ ഇതുവരെ ഇവരെ ഇങ്ങനെ കണ്ടിട്ടില്ല , അല്ല നോക്കിയിട്ടില്ല എന്നതാണ് സത്യം .

" നിന്റെ നോട്ടം ഇതുവരെ കഴിഞ്ഞില്ലേ? ഈ ചെക്കൻ , എനിക്ക് തന്നെ നാണം വരുന്നു . ഇനി അവളെ കളഞ്ഞിട്ട്

എന്നോട് പ്രേമം വല്ലോം തുടങ്ങിയോ , അല്ല ഇപ്പോഴത്തെ പിള്ളാരുടെ കാര്യമല്ലേ , പറയാനൊക്കില്ല."

അവർ പൊട്ടിച്ചിരിച്ചുകൊണ്ട് പറഞ്ഞു .

എന്റെ ഉള്ളിൽ എന്തോ ഒന്ന് വിങ്ങി . എന്തോ ഒന്ന്

ആണോ എനിക്ക് അവരോട് പ്രണയമാണോ .

ഞാൻ ചിരിച്ചില്ല .

അവരെ ഞാൻ വീണ്ടും നോക്കി .

അവർ എന്റെ മനസ്സ് കീഴടക്കിയിരിക്കുന്നു .

ഇവർക്ക് എന്നേക്കാൾ ഏഴെട്ട് വയസ്സ് കൂടുതലുണ്ടാകും, കൂട്ടുകാരന്റെ അമ്മ , എനിക്കെന്താ ഇങ്ങനെ തോന്നാൻ

ഇത് ശരിയാണോ .

ഇതൊക്കെ ആലോചിക്കുമ്പോളും ഞാൻ അവരെ തന്നെ നോക്കുകയായിരുന്നു .

അവരുടെ ചിരിയുടെ ഒച്ച കുറഞ്ഞുവന്നു . അവർ പതിയെ എന്റെ അടുത്തേക്ക് നടന്നു വന്നു .

എന്റെ തലയിൽ മുടിക്കുള്ളിലൂടെ വിരലുകളോടിച്ചു .

" എന്താ ആലോചിക്കുന്നത്. പ്രേമമാണോ ? "

അവർ ചോദിച്ചു . ആ ശബ്ദം വിറയ്ക്കുന്നുണ്ട് .

ഞാൻ അവരുടെ മുഖത്ത് തന്നെ നോക്കികൊണ്ടിരുന്നു .

പിന്നെ തല കുനിച്ചു .

"ഉം" ആ മൂളൽ എന്റെ ഹൃദയത്തിൽ നിന്നാണ് പുറത്തേക്ക് വന്നത്.

ഞാൻ പോലും അറിയാതെ അവരെ ഞാൻ കെട്ടിപ്പിടിച്ചു.

അവരും തടഞ്ഞില്ല .

കുറേ സമയം ഞങ്ങൾ അങ്ങനെ നിന്നു .

കുറേ സമയം . . .

പെട്ടന്ന് ഒരു വിളികേട്ടു .

ഞാൻ ഞെട്ടലോടെ പിടിവിട്ടു . പക്ഷെ അവരെന്റെ മുഖത്ത്
തന്നെ നോക്കി നിന്നു . ആ മുഖത്ത്
പറഞ്ഞറിയിക്കാനാകാത്ത ഒരു ഭാവമുണ്ടായിരുന്നു . അവർ
എന്റെ രണ്ടുകവിളുകളിലും തഴുകി . അവരുടെ
കൈകുമ്പിളിലായിരുന്നു എന്റെ മുഖം .

വീണ്ടും വിളി

" ലീലേ ... ലീലേ? "

" ആ വരുന്നു " ഇതും പറഞ്ഞുകൊണ്ട്, എന്നോട്
മിണ്ടാതിരിക്കാൻ ആംഗ്യം കാട്ടി ലീല പുറത്തേക്കിറങ്ങി.

എന്റെ മനസ്സിൽ അവരുടെ സ്ഥാനത്തിന്
മാറ്റമുണ്ടാക്കിയിരുന്നു . അവർ ചാരുവിന്റെ സ്ഥാനം എന്റെ
മനസ്സിൽ നിന്നും പറിച്ചുകളഞ്ഞു .

ഞാൻ അകത്ത് തന്നെ ഇരുന്നു .

പുറത്ത് ഏതോ സ്ത്രീയുമായി ലീല സംസാരിക്കുന്നു .

" ആ നീ ആയിരുന്നോ, എന്താ അംബുജം?"

" ഒന്നുമില്ല നാളെ കൊച്ചിന്റെ ഉറപ്പീരാ, നീ രാവിലെ അങ്ങ്
വരണം "

" ഉറപ്പീരോ? എന്ത് ? "

"കല്യാണം, അല്ലാതെന്ത്, ഇവളുടെ ഒരു കാര്യം "

" കല്യാണമോ, നിന്റെ കൊച്ചിനോ, നീ എന്തോന്നാ ഈ പറയുന്നേ?"

" ആ കല്യാണം, നല്ല ചെക്കൻ, വയസ്സ് ഇത്തിരി കൂടും മുപ്പത്തിരണ്ട്, എന്നാലും ചെക്കൻ കൊള്ളാം "

" നിന്റെ മോൾക്ക് എത്ര വയസ്സായി, ഇപ്പൊ ഒരു പതിമൂന്ന് അല്ലേ, അവളെ കണ്ടാലോ ഒരു അസ്ഥികൂടം, കളിച്ചുനടക്കുന്ന പ്രായം, നിനക്ക് നാണമുണ്ടോടി, ഇത് പറയാൻ. കടന്ന് പൊയ്ക്കോണം എന്റെ വീട്ടിന്റെ മുറ്റത്ത് നിന്ന് "

ലീല അവരെ ആട്ടിപ്പുറത്താക്കി .

അവർ അകത്തേക്ക് കയറിവന്നത് അതിയായ ദേഷ്യത്തോടും സങ്കടത്തോടും ആയിരുന്നു .

സത്യം പറഞ്ഞാൽ നിന്ന് വിറയ്ക്കുകയായിരുന്നു .

ഞാൻ അവരെ പുറകിൽ നിന്നും കെട്ടിപ്പിടിച്ചു . അവർ കുതറി മാറാൻ തുടങ്ങി

ഞാൻ ശക്തിയോടെ വീണ്ടും മുറുകെ കെട്ടിപ്പിടിച്ചു .

" എന്തിനാ ദേഷ്യം " ഞാൻ ചോദിച്ചു.

" സച്ചി, നിനക്കെത്ര വയസ്സായി, എന്റെ മകന്റെ പ്രായം, അല്ലേ, പറഞ്ഞു വരുമ്പോൾ നീയും കുട്ടിയല്ലേ "

ഞാൻ കൈവിട്ടു . അവർ പറയുന്നത് ശരിയാണ് . പക്ഷെ എന്റെ പ്രായത്തിലും വലുതായി എന്റെ അവരോടുള്ള ഇഷ്ടം വളർന്നുപോയിരുന്നു . അത് കാമമായിരുന്നില്ല പ്രണയമായിരുന്നു .

എനിക്ക് ഒന്നും പറയാൻ കഴിഞ്ഞില്ല .

ഞാൻ അങ്ങനെ തന്നെ നിന്നു .

അവർ കുറച്ചു നേരം ശക്തിയായി ശ്വാസമെടുത്തുകൊണ്ട്
അങ്ങനെ നിന്നു . പിന്നെ കട്ടിലിൽ ഇരുന്നു . പിന്നെ വിതുമ്പി.
കണ്ണുനീർ ഇറ്റിറ്റു വീണു . എനിക്ക് സഹിച്ചില്ല .

ഞാൻ അവരുടെ അടുത്തേക്ക് ചെന്നു .അവരെ
കെട്ടിപ്പിടിച്ചു. അവർ എന്നേയും , എന്റെ നെഞ്ചത്ത്
തലതാഴ്ത്തി അവർ കരഞ്ഞുകൊണ്ടേയിരുന്നു .

" എന്റെ കല്യാണം നടക്കുമ്പോൾ എനിക്ക് പതിനാല് വയസ്സാ,
അയാൾക്ക് നാൽപ്പതും , എന്നിട്ടും ഒന്നും   നോക്കാതെ
എന്നെ കെട്ടിച്ച് വിട്ടു .ആ ദിവസങ്ങളോർക്കുമ്പോ ഇന്നും
എന്റെ കാലും കൈയ്യും വിറയ്ക്കും . ആ കല്യാണത്തിന്
ശേഷം ഞാൻ എന്റെ വീട്ടിലേക്ക് പോയിട്ടില്ല . എനിക്ക്
വെറുപ്പായിരുന്നു , അമ്മയോടും അച്ഛനോടും എല്ലാവരോടും
, അവര് ചത്താലും ഞാൻ പോകത്തുമില്ല . അതൊരു
സ്ത്രീയല്ല, അവരെന്റെ അമ്മയല്ല ഏതോ പിശാചാണ് . പെറ്റു
കൂട്ടി അറക്കാൻ കൊടുക്കുന്ന വർഗ്ഗം. പിന്നെ രഘു , അവൻ
എന്റെ മകനുമല്ല , ഒരു ദിവസം എന്റെ കെട്ടിയവനെന്നു
പറയുന്ന ആ ചെറ്റ , കൊണ്ടുവന്നതാ, എന്നിട്ട് എന്റെ
മുന്നിലേയ്ക്കിട്ട് അവന്റെ വിത്താ വളർത്തിക്കോളാൻ
പറഞ്ഞു . പിന്നൊരുപോക്ക്. അന്ന് രാത്രി കുടിച്ച് ആടി ആടി
രണ്ട് കൂട്ടുകാരേയും കൂട്ടിയാ വന്നത് . ആ രാത്രി ,ആ മൂന്ന്
പേരുംകൂടി ഈ വീട്ടിൽ എന്നെ വെളുക്കുവോളം
ഉപദ്രവിച്ചു.അന്ന് മുറിവ് പറ്റാത്ത ഒരിഞ്ചുപോലും എന്റെ
ശരീരത്തുണ്ടായിരുന്നില്ല . രാവിലെ കൂട്ടുകാർ പോയി .
പോകുമ്പോ അവര് കൊറേ കാശ് എന്റെ നേർക്കെറിഞ്ഞു .
ജീവിക്കാൻ പുതിയ വഴി . എന്റെ കെട്ടിയോൻ ,ആ തെണ്ടി ,
ആ കാശും എടുത്ത് എന്നോട് പറഞ്ഞു . ഇനി ഇതാണ്
നിന്റെ പണിയെന്ന് . വൈകിട്ട് വേറെ ആളുമായി വാരമെന്ന് .
അന്ന് തീർന്നതാ ഒരു ആണിനോടുള്ള ബഹുമാനം . പിന്നെ
ഒരു പാട് പേര് ഇവിടെ വന്നിട്ടുണ്ട് , ഒരുപാട് . പക്ഷെ നീ ,നീ ..
നിന്റെ അടുത്തിരിക്കുമ്പോൾ ഞാൻ ആ പഴയ
പതിനാലുകാരിയായി പോകുന്നു . "
അവർ പറഞ്ഞു .

കരഞ്ഞു , ഉറക്കെ ഏങ്ങലടിച്ചുകൊണ്ട് .

ഞാൻ അവരുടെ തലയിൽ തലോടി , ആ തലയിൽ ഉമ്മവെച്ചു . അവർ എന്റെ ആരോ ആണെന്ന തോന്നൽ എന്റെ ഉള്ളിൽ ഇളകിമറിഞ്ഞു .

" ഉച്ചയാവുന്നു, നമുക്ക് പോകണ്ടേ "

അവർ ആ ഇരുപ്പിൽ എന്നോട് ചോദിച്ചു .

ഞാൻ ഒന്ന് മൂളുക മാത്രം ചെയ്യ്തു .

" ഉം "

അവർ പതിയെ എന്നിൽ നിന്നും പിടിവിട്ടു . ആ കണ്ണുകൾ കരഞ്ഞുകലങ്ങിയിരുന്നു . അവർ എന്റെ മുഖത്ത് ആർത്തിയോടെ ചുംബിച്ചു . ഒരു കൊച്ചു കുഞ്ഞിനെ ചുബിക്കുന്ന പോലെ നെറ്റിയിലും കവിളിലുമൊക്കെ .

പിന്നെ എന്റെ മുഖത്തേയ്ക്ക് നോക്കി ചോദിച്ചു .

" നിനക്ക് നേരത്തേ ജനിച്ചുകൂടാരുന്നോടാ ചെക്കാ, എന്നെ കല്യാണം കഴിക്കാൻ വന്നുകൂടായിരുന്നോ? "

അവരുടെ മുഖത്ത് ഞാൻ ആ പതിനാലുകാരിയെ കണ്ടു . അവളുടെ നാണവും കുസൃതിയും ഒക്കെ .

" ഇല്ല ഞാൻ താമസിച്ചിട്ടില്ല, ഇപ്പൊ ഈ മുന്നിൽ തന്നെയല്ലേ ഞാനുള്ളത്. ഇനി എന്നും ഈ മുന്നിൽ തന്നെ കാണും. എന്നും... "

ഞാൻ ആ മുഖത്ത് നിന്ന് കണ്ണെടുക്കാതെ അവരോട് അല്ല അവളോട് പറഞ്ഞു .

അവളും അത് ആസ്വദിക്കുന്നുണ്ടായിരുന്നു .

3) പുതിയ ഇടം

"ഡാ, എഴുന്നേൽക്ക്, വെയില് വന്ന് മൂട്ടില് തട്ടി "ഞാൻ
പതിയെ കണ്ണ് തുറന്നു. അമ്മയാണ് . ഞാൻ അമ്മയെ
നോക്കി ചിരിച്ചു . അമ്മയും .

എന്തൊരു മനോഹരമായാണ് അമ്മ ചിരിക്കുന്നത് .

"എഴുന്നേൽക്ക്, എന്നിട്ട് പല്ലൊക്കെ തേച്ചിട്ട് വാ, നല്ല
ദോശയും ചമ്മന്തിയും ഉണ്ടാക്കി വെച്ചിട്ടുണ്ട് "

അതും പറഞ്ഞുകൊണ്ട് അമ്മ അടുക്കളയിലേക്ക് പോയി .
ചെവികളിൽ കിളികളുടെ ആ അരുവിയുടെയൊക്കെ
മനോഹരശബ്ദങ്ങൾ കേൾക്കുന്നു . നല്ല തണുപ്പ് .
യത്രയുടെ ക്ഷീണം മുഴുവൻ മാറിയിരിക്കുന്നു .

ഞാൻ പതിയെ എഴുന്നേറ്റു . പിന്നെ പുറത്തേക്കിറങ്ങി .
മുകളിൽ എവിടെനിന്നോ ഗോപിയുടെ , അംബികയുടെ
അച്ഛന്റെ ശബ്ദങ്ങൾ ഉയന്നുകേട്ടു . അവർ പറമ്പിൽ
എന്തൊക്കയോ ചെയ്യുകയാണ് .

" ഉമിക്കരി പുറത്ത് വീടിന് പുറകിൽ തൂക്കിയിട്ടിട്ടുണ്ട്. പോയി
തേച്ചിട്ട് വാ ,"

അമ്മ അകത്ത് നിന്ന് വിളിച്ച് പറഞ്ഞു .
ഞാൻ ഉമിക്കരിയുമെടുത്ത് താഴെ അരുവിയുടെ
അടുത്തേക്ക് നടന്നു .

അപ്പോഴും മനസ്സിൽ ആ മധുരസ്വപ്നം തികട്ടി
വന്നുകൊണ്ടിരുന്നു . എന്റെ മുഖത്ത് ചെറുചിരിയും
നാണവുമുണ്ടായി . എന്റെ ലീല .

രാവിലെ തന്നെ ഞാൻ ഒരു കുളി പാസ്സാക്കി .

" എന്തൊരു തണുപ്പ് "

വീണ്ടും കിടുങ്ങി ,തല തോർത്തി ഞാൻ വീട്ടിലേക്ക് ചെന്നു.
ദോശയും ചമ്മന്തിയും നല്ല ചൂട് കട്ടനും .

പിന്നെ നല്ലോരേമ്പക്കവും വിട്ട് പറമ്പിലേക്കിറങ്ങി .

വിശാലമായ പറമ്പ് . വറ്റാത്ത ഉറവയുണ്ട് . നല്ല മണ്ണ് .
അച്ഛന്റെ അധ്വാനം എനിക്കറിയാം . ഈ മണ്ണിൽ പൊന്ന്
വിളയും . ഞങ്ങളുടെ പട്ടിണി കഴിഞ്ഞു . എന്റെ മനസ്സിൽ
ഉത്സവമേളം മുഴങ്ങിക്കേട്ടു .

അച്ഛൻ കുറേ തൈകൾ നടുന്നു . ഞാനും കൂടെ കൂടി .
അംബികയും ഗോപിയും മരച്ചീനിയുടെ കമ്പുകൾ നടുന്നു .
അച്ഛൻ ഇടയ്ക്ക് അവരെ ഒന്ന് നോക്കി , പിന്നെ ഒറ്റ
ചിരിയായിരുന്നു . എനിക്ക് ആദ്യം കാര്യം മനസ്സിലായില്ല
പിന്നെ മനസ്സിലായി , രണ്ടുപേരും നട്ടുകൂട്ടിയവയിൽ
കൂടുതലും തല കുത്തിയായിരുന്നു . ഞാനും ചിരിച്ചു .
അച്ഛൻ അവരെ സമാധാനിപ്പിച്ചു . വീണ്ടും കമ്പ് നടുന്ന വിധം
അവർക്ക് കാട്ടിക്കൊടുത്തു . അവർ കമ്പ് നടീൽ വീണ്ടും
തുടർന്നു . എന്റെ കൈയ്യിലേക്ക് അച്ഛൻ രണ്ട് തൈ എടുത്ത്
തന്നു , പിന്നെ വീടിന്റെ ഭാഗത്ത് നട്ടുവരാൻ പറഞ്ഞു .

" ഇത് എന്ത് തയ്യാ അച്ഛാ ?" ഞാൻ ചോദിച്ചു .

"ഒന്ന് നാഗവള്ളി , മറ്റേത് ഭൂതംകൊല്ലി "

"ഭൂതം കൊല്ലിയോ ?" ഞാൻ ചോദിച്ചു .

"ആ... നീ കൊണ്ട് നട് , വീടാകുമ്പോ ഇത് വേണം "

അച്ഛൻ പറഞ്ഞു .

"ശരി അച്ഛാ.. "

ഞാൻ പറഞ്ഞു .

അവ രണ്ടും ഞാൻ വീടിന്റെ ഭാഗത്ത് നട്ടു .

പിന്ന തിരികെ വന്നു .

ഞങ്ങളുടെ സ്ഥലം ഒരു ചരിഞ്ഞ ഭൂമി ആയിരുന്നു .
മുകളിലേക്ക് നോക്കിയാൽ ഞങ്ങളുടെ ഇടം കഴിഞ്ഞാൽ
കാട് പോലെ മരങ്ങൾ നിന്നിരുന്നു .

കൗതുകം കൂടുതലായ ഞാൻ പതിയെ മുകളിലേക്ക് നടന്നു .
കുറേ മുകളിൽ എത്തിയപ്പോൾ അച്ഛൻ താഴെ നിന്ന് വിളിച്ചു.

" ഒരുപാട് പോണ്ട , അവിടൊക്കെ കുളവെട്ടിയാ , ചതുപ്പ്
കാണും ,ചിലപ്പോ നില കിട്ടില്ല . "

"ശരി അച്ഛാ "

 ഞാൻ വിളിച്ചു പറഞ്ഞു .

കുളവെട്ടി ഒരു മരമാണെന്ന് എനിക്ക് അറിയാമായിരുന്നു .
വളരുന്ന ഇടമെല്ലാം വെള്ളമുണ്ടാക്കുന്ന അത്ഭുത മരം .

ഞാൻ വീണ്ടും മുകളിലേക്ക് പോയില്ല ,
പോകണമെന്നുണ്ടായിരുന്നു . പക്ഷെ അച്ഛൻ വഴക്ക് പറയും.
ഇനി എന്തായാലും ഇവിടെ തന്നെയല്ലേ താമസം പിന്നാവാം.
ഞാൻ ചിന്തിച്ചു .

ഞാൻ താഴേക്ക് വന്നു , പിന്നെ അച്ഛനെ സഹായിച്ചുകൊണ്ട്
അവിടെ നിന്നു , ഗോപിയും അംബികയും ചീനിക്കമ്പുകൾ
നടുന്ന തിരക്കിലും . പെട്ടന്ന് ദൂരെ ഒരു കൂക്കൽ കേട്ടു .

ഞങ്ങളെല്ലാവരും അങ്ങോട്ട് നോക്കി . ദൂരെ ഒരു കുടുംബം .

 അച്ഛൻ ,അമ്മ , ഒരു ആൺകുട്ടി ,പിന്നെ രണ്ട്
പെൺകുട്ടികൾ . ആൺകുട്ടിയാണ് മൂത്തതെന്ന് തോന്നുന്നു .
കൈയ്യിൽ തൂക്ക് പത്രങ്ങളുണ്ട് ,പിന്നെ ഒരു സഞ്ചിയും .
അവർ പരിചയപ്പെടാൻ വരുകയാണ് . എനിക്ക്
ഉറപ്പായിരുന്നു .

ഞങ്ങളുടെ വീട്ടിൽ നിന്ന് ഒരു വലിയകൂവലിന്റെ
ദൂരത്തിലാണ് അവരുടെ വീട് . ഇതുപോലെ അങ്ങേ
കരയിലും രണ്ട് വീടുകളുണ്ട് . അമ്മയും ആ കൂവൽ കേട്ട്
വീടിന് പുറത്തിറങ്ങി നോക്കി .

" ശ്ശോ "

അമ്മ നെഞ്ചത്ത് കൈ വച്ചു .

പിന്നെ അച്ഛനെ നോക്കി . അച്ഛൻ തല പതിയെ
ആകാശത്തിലേക്ക് ഉയർത്തി. പാവം ഒന്നും അറിഞ്ഞിട്ടില്ല.
ഇനി അമ്മ 'ഭാര്യ' അല്ലെന്ന് പറയുമോ എന്തോ ?

" നിങ്ങളോട് ഞാൻ പറഞ്ഞതാ വന്നപ്പഴേ ..
അയൽവക്കക്കാരെയൊക്കെ ഒന്ന് പോയി
പരിചയപ്പെടണമെന്ന് , അതെങ്ങനാ ... ഞാൻ പറയുന്നില്ല "

അമ്മ രണ്ട് ചാട്ടം , പിന്നെ അകത്തേക്ക് ഒറ്റ പോക്ക് .

" അവള് പോയോ ?"

അച്ഛൻ വാനനിരീക്ഷണം നടത്തിക്കൊണ്ട് തന്നെ എന്നോട്
ചോദിച്ചു .

"അകത്ത് പോയി "

ഞാൻ പറഞ്ഞു .

"ഹോ "

അച്ഛൻ ദീർഘനിശ്വാസം വിട്ടു ,പിന്നെ ദൂരേന്ന് വരുന്നവരുടെ
നേരെ കൈ പൊക്കി കാട്ടി . അവരുടെ നേരേ നടന്നുപോയി .
കൂടെ ഞങ്ങൾ മൂന്ന് പേരും .

അവർ അടുത്തെത്തി . അച്ഛൻ അവരോട് സംസാരിച്ചു.
ഞങ്ങളും അവരോടു സംസാരിച്ചു . അച്ഛൻ അവരെ
വീട്ടിലേക്ക് ആനയിച്ചു . അപ്പോഴേക്കും അമ്മ കടുംചായ
ഉണ്ടാക്കിയിരുന്നു .

അവർ പരിചയപ്പെടുത്തി .

" ഞാൻ രാജൻ, ഇത് എന്റെ ഭാര്യ അമ്മിണി, പിന്നെ മക്കൾ
സാവിത്രി, സുമ, രാജു, ഇവര് പഠിക്കുന്നു. ഇവൻ ഇനി
പത്തിലാ , മറ്റവര് രണ്ടും എട്ടിലാണ് .നിങ്ങളുടെ അച്ഛനെ
എനിക്ക് പരിചയമുണ്ട് .പുള്ളി അത്ര അടുക്കുന്ന
സ്വഭാവമല്ല." അയാൾ അച്ഛനോട് പറഞ്ഞു . അച്ഛൻ ചിരിച്ചു .

" നിങ്ങൾ ഇവിടുത്തുകാരണോ, അതോ? "

അച്ഛൻ ചോദിച്ചു .

" അല്ല, ഞങ്ങൾ ഇത്തിരി തെക്കുള്ളവരാ, ഇവിടെ ഇത്തിരി
സ്ഥലം ഒത്ത് കിട്ടി, അപ്പൊ അവിടുത്തെ എല്ലാമങ്ങുവിറ്റു,
ഇങ്ങോട്ട് പോന്നു. ഇപ്പൊ സുഖം സമാധാനം . നല്ല പോലെ
പണിയെടുത്താ പട്ടിണിയില്ലാതെ കഴിയാം . "

അയാൾ ഒരു ദീർഘശ്വാസത്തോടെ പറഞ്ഞു .

പട്ടിണിയെ അയാൾ എത്രമാത്രം ഭയപ്പെടുന്നുവെന്ന് ആ
ദീർഘനിശ്വാസം വിളിച്ചുപറയുന്നുണ്ടായിരുന്നു .അപ്പോൾ
അച്ഛനും ഒരു ദീർഘനിശ്വാസമെടുത്തുവിട്ടു.

അമ്മയുടെ കൂടെ അയാളുടെ ഭാര്യയും മക്കളും
അടുക്കളയിലേക്ക് പോയി , പക്ഷെ മകൻ അച്ഛന്റെ
അടുത്തുതന്നെ ഇരുന്നു . ഞങ്ങളോട് മിണ്ടാനോ ഒന്ന്
ചിരിക്കാനോ അവൻ ശ്രമിച്ചില്ല . കൈ കെട്ടി പ്രതിമ
കണക്കെ അവൻ ആ കസേരയിൽ ഇരുന്നു .

അമ്മ അടുക്കളയിൽ നിന്നും ഒരു വലിയ പാത്രത്തിൽ
പുഴുക്ക് ചീനിയും മുളക് ചമ്മന്തിയും കൊണ്ടുവെച്ചു .
എല്ലാവരും അത് കഴിച്ചു , കട്ടൻ കാപ്പിയും കുടിച്ചു . ഏതാണ്ട്
രണ്ട് മണിക്കൂറോളം ഇരുന്നിട്ടാണ് പോയത് . പോകുമ്പോൾ
ഏതോ വർഷങ്ങളായുള്ള പരിചയക്കാരെ പോലെയാണ്
അമ്മയും അച്ഛനും അവരോട് സംസാരിച്ചത് . അവരും
അങ്ങനെ തന്നെ . പോയപ്പോൾ ,

"എന്ത് നല്ല ആൾക്കാർ"

അച്ഛൻ പറഞ്ഞു .

"ഉം ..." അമ്മ മൂളി, പിന്നെ പറഞ്ഞു.

"നിങ്ങളോട് മുന്നേ ഞാൻ പറഞ്ഞതാ, വട്ടമുള്ളവരെ പോയി
പരിചയപ്പെടണമെന്ന്, ഒന്നും കേൾക്കരുത്,

ബാക്കിയുള്ളവരുടെ വീട്ടിലൊക്കെ പോകാൻ ഇനിയെങ്കിലും താമസിക്കരുത്."

" ശരിയാ, നമ്മുടെ ചുറ്റുവട്ടത്ത് ആകെ കുറച്ച് വീടുകളേ ഉള്ളു, എല്ലാവരേയും നാളെയൊക്കെ ആയിട്ട് പോയി പരിചയപ്പെട്ടാലോ?"

അച്ഛൻ അമ്മയോട് ചോദിച്ചു .

"ഉം ശരി, നാളെ നമുക്ക് അങ്ങേ കരയിൽ കാണുന്ന രണ്ട് വീടില്ലേ അവിടെയൊക്കെയൊന്ന് പോകാം"

അമ്മ പറഞ്ഞു .

" ശരി , പോകാം " അച്ഛൻ സമ്മതം മൂളി .

മാനം ഇരുണ്ട് തുടങ്ങി . മഴക്കോളുണ്ട് , ചെറിയ മിന്നൽപിണറുകൾ കണ്ട് തുടങ്ങി .

" എല്ലാ കമ്പും കുത്തിക്കഴിഞ്ഞാരുന്നോ ? "അച്ഛൻ ചോദിച്ചു.

"എല്ലാം കഴിഞ്ഞാരുന്നു അച്ഛാ "

അംബിക ഉറക്കെ പറഞ്ഞു .

"എല്ലാരും വീട്ടിൽ കേറ് , നല്ല മഴവരുന്ന ലക്ഷണമുണ്ട് , മഴവരുമ്പോ മരത്തിന് മൂട്ടിലൊന്നും കളിച്ചോണ്ട് നിൽക്കരുത്. മിന്നലുണ്ട് , ഇടിയായും "

അമ്മ വിളിച്ചു പറഞ്ഞു .

ഞങ്ങളെല്ലാം വീട്ടിലേയ്ക്ക് കയറി . അമ്മ കാപ്പിയിട്ടുകൊണ്ട് വന്നു . ഞങ്ങൾ ബാക്കിയുള്ള ചീനി പുഴുക്ക് കഴിച്ചുകൊണ്ട് സൊറ പറയാൻ തുടങ്ങി .

"അമ്മേ, മഴകഴിഞ്ഞാ, ആ മോളിലുള്ള നാട്ടമാവീന്ന് മാങ്ങ വീണത് ഞങ്ങള് പോയി എടുക്കട്ടെ "   ഇടയ്ക്ക് ഗോപി ചോദിച്ചു.

" ആ പിന്നെന്താ , ആ കൊട്ടകൂടി എടുത്തോ , പിന്നൊരു
കാര്യം മോളിൽ അങ്ങേ അറ്റത്ത് ചതുപ്പാ അങ്ങോട്ട്
പോകല്ല് . അതിന് അപ്പുറം എന്തോ സർക്കാർ
കാര്യങ്ങളാ,വേലിയൊക്കെ കെട്ടിവെച്ചിരിക്കുവാന്നാ
അമ്മണി ചേച്ചി പറഞ്ഞത് . അതുകൊണ്ട് ഒരു
കാരണവശാലും അങ്ങോട്ട് പോകരുത് "

അമ്മ പറഞ്ഞു .ഗോപിക്ക് സന്തോഷം , അംബികയ്ക്കും .

ഞാൻ അപ്പോഴാണ് അറിയുന്നത് അവിടെ
നാട്ടുമാവുണ്ടെന്ന്.

ലീല തന്ന ചെറിയ നാട്ടുമാങ്ങയുടെ രുചി മനസ്സിലേക്ക് വന്നു.
ആ സ്നേഹവും .

മഴ കുറഞ്ഞു . ഞങ്ങൾ മൂന്നും മാവ് നോക്കി ഓടി . ഗോപി
പറഞ്ഞത് ശരിയായിരുന്നു . നിറയെ മാങ്ങ എല്ലാം പഴുത്ത
നല്ല മധുരമുള്ള മാങ്ങ .

ഞങ്ങൾക്ക് രണ്ടുകുട്ട മാങ്ങ കിട്ടി . വീണ്ടും ഞാൻ ലീലയെ
ഓർത്തു ,അടുത്തുണ്ടായിരുന്നെങ്കിൽ അവൾക്ക് കുറച്ച്
മാങ്ങ കൊടുക്കാമായിരുന്നു . അവൾ ഒരു മാങ്ങാ
കൊതിച്ചിയാണ് . ആ ആസ്വദിച്ചുള്ള കഴിപ്പ് കണ്ടാൽ
ആരുടെ വായിലും വെള്ളമൂറിപ്പോകും . അന്ന് അവളുടെ
കൂടെ ചാരുവിന്റെ പിറന്നള് കൂടിയിട്ട് തിരികെ പോകുമ്പോൾ
കുറേ ദൂരം ലീലയും കൂടെ വന്നിരുന്നു . ആരും ഇല്ലാത്ത
വഴികളിൽ എന്റെ കൈകളിൽ പിടിച്ച് നടക്കും . ഒരു
പാവടക്കാരിയേപ്പോലെ കലപില പറഞ്ഞുകൊണ്ടേയിരിക്കും.
വഴിക്ക് വെച്ച് ഒരു മാവ് കണ്ടു . അപ്പോഴാണ് അവൾക്ക്
നാട്ട് മാങ്ങയോടുള്ള ഇഷ്ടം എന്നോട് പറയുന്നത് . ഒപ്പം ആ
നാട്ടുമാവിന്റെ കഥയും പറഞ്ഞു .

പണ്ട് ആ നാട്ടുമാവ് ഒരുപാട് കായ്ച്ചതും അങ്ങനെ ഇരിക്കെ
അതിനോട് ചേർന്നിരുന്ന കായ്ക്കാത്ത ഒരു മാവ് വെട്ടി
കളഞ്ഞ ശേഷം ആ നട്ടുമാവ് കായ്ക്കാഞ്ഞതും അവസാനം
ഉടമസ്ഥൻ ആ വെട്ടിക്കളഞ്ഞ പോലെ ഒരു പുതിയ മാവിൻ

തൈ അതേ സ്ഥലത്ത് നട്ടതും , പിന്നെ ആ നാട്ടുമാവ്
പൂത്ത് കായ്ച്ചുതുടങ്ങിയതുമൊക്കെ .

ആ നാട്ടുമാവ് ലീലയും പുതിയതായി നടപ്പെട്ട
കുഞ്ഞുമാവ് ഞാനുമാണെന്നും എന്റെ മനസ്സിൽ
അറിയാതെ തോന്നി , അവളുടെ മുഖത്ത് നോക്കി , ആ
ചിരിയുടെ സൗന്ദര്യം നുകർന്ന് , അവൾ പറയുന്നതെല്ലാം
കേട്ട് അവളുടെ വെളുത്ത് നീണ്ടകരങ്ങൾ പിടിച്ച്
നടക്കുമ്പോൾ എന്ത് സന്തോഷമായിരുന്നു .

 ജനിച്ച് ഓർമ്മകളുണ്ടാവുന്ന സമയം മുതൽ
അനുഭവങ്ങളുടെ പുതിയ താളുകൾ രൂപം കൊള്ളുന്നു. ഒരു
ചുഴലിക്കാറ്റിന്റെ ചുരുളുകൾ ഉണ്ടാകുന്ന പോലെ . ആ
ചുരുളുകൾ ഉണ്ടാകുന്നതവസാനിക്കുന്ന ദിനം ജീവിതം
വിരസമാകും,പിന്നുള്ള ജീവിതം ആ ചുരുളുകൾ
തീരുമാനിക്കും . അപ്പോൾ കർണ്ണനും , ഗാന്ധിജിയും
അശോകനും ബുദ്ധനും ഞാനും നിങ്ങളും എല്ലാം
ഒരുപോലെയാണ് . ആ താളുകളിൽ ഉയർന്നവരും
അറിയാതെ പോയവരും എത്ര എത്ര . എന്റെ ചുഴലിക്കാറ്റ്
ഇപ്പോഴും ചുരുളുകൾ ചേർത്തുകൊണ്ടിരിക്കുന്നു . ഓരോ
ദിവസവും പുതിയ നിറങ്ങൾ ചേർത്തുകൊണ്ട് .പക്ഷെ
എന്റെ ആ ചരുളുകളുടെ മുഴുവൻ നിറവും ലീലയാണെന്ന
സത്യം അന്ന് ആദ്യമായി ആ കരങ്ങൾ പിടിക്കുമ്പോൾ
എന്റെയുള്ളിൽ പൂവിടർത്തുകയായിരുന്നു .

" ചേട്ടാ ... ചേട്ടാ ..."

ഞാൻ തിരിഞ്ഞുനോക്കി .

ഗോപിയായിരുന്നു .

" എന്താ ചേട്ടൻ മുകളിലോട്ട് നോക്കി നിൽക്കുന്നെ,
അങ്ങോട്ട് പോവാനാണേ വേണ്ട, അമ്മ അറിഞ്ഞാ
കൊന്നുകളയും "

ഞാൻ ചിരിച്ചു .

" ചിരിക്കണ്ട, അമ്മ വഴക്ക് പറയും. അങ്ങോട്ട് പോകണ്ട "

അംബികയാണ്

" ഞാൻ അങ്ങോട്ടൊന്നും പോകുന്നില്ല. നോക്കിയെന്നെ
ഉള്ളു ."

ദിവാസ്വപ്നത്തിന്റെ ജാള്യത മറച്ചുകൊണ്ട് ഞാൻ പറഞ്ഞു .

എന്നാലും ഒരു ജിജ്ഞാസ , എന്താവും മുകളിൽ , ഗോപി
തന്നെ ശരണം .

" ഗോപി, എന്താ മുകളിൽ? നീ പോയിട്ടുണ്ടോ ? "

ഞാൻ അവനോട് ആവേശത്തോടെ ചോദിച്ചു .

" ഉം, പോയി ... പക്ഷേ അങ്ങ് മുകളിൽ പോയിട്ടില്ല, ദോ ...
അവിടെ കുറേ മരങ്ങള് കണ്ടോ, അവിടെ വരെ പോയി.
അമ്മ കണ്ടു . അന്ന് നല്ല തല്ലും കിട്ടി "

അവൻ ഒരു ദീർഘനിശ്വാസത്തോടെ പറഞ്ഞു .

അംബിക ഉറക്കെ ചിരിച്ചു . അവന്റെ ഭാവം കണ്ട് എനിക്കും
ചിരിവന്നു .

എങ്കിലും ഞാനത് പുറത്ത് കാണിച്ചില്ല . ചിരിച്ചാൽ അവൻ
ബാക്കി പറയില്ല . ഞാൻ അവനോട് വീണ്ടും ചോദിച്ചു .

" നീ എന്താ കണ്ടത്?"

അവൻ തുടർന്നു .

" ആ മരങ്ങളുടെ ഇടയിലെല്ലാം നനഞ്ഞ മണ്ണാ, നല്ല തണുപ്പാ
അവിടെ, ഞാൻ ചവിട്ടിയൊക്കെ നോക്കി. ചെറുതായൊക്കെ
താഴ്ന്ന് പോകാൻ സാധ്യതയില്ലാതില്ല . പിന്നെ ഈ പറയുന്ന
കണക്ക് ഭയങ്കര ചതുപ്പൊന്നുമല്ല .ഒരു നനവുള്ള സ്ഥലം .
അത്ര തന്നെ "

ഞാൻ മൂളി കേട്ടുകൊണ്ടിരുന്നു .അവൻ തുടർന്നു .

" അവിടെ നിന്ന് നോക്കിയാ, ആ മരങ്ങള് കഴിഞ്ഞിട്ട് കുറേ ഭാഗം പുല്ലൊക്കെ പിടിച്ച് മൈതാനം പോലെ കിടക്കുവാ. അത് കൊറേ ദൂരമുണ്ട് . പിന്നെ ഒരു കമ്പിവേലിയുടെ മുകള് ഭാഗം കാണാം , അതിന് അപ്പുറം എന്താണെന്ന് അറിയത്തില്ല. "

അവൻ പറഞ്ഞുനിർത്തി . ആ വേലിക്ക് അപ്പുറം എന്താണെന്ന് അറിയാത്തതിലുള്ള വിഷമം അവന്റെ മുഖത്ത് ശരിക്ക് കാണാനുണ്ടായിരുന്നു . എനിക്ക് എന്തോ അങ്ങോട്ട് പോകണമെന്ന് അതിയായ ആശ തോന്നി . ഞാനത് പുറത്ത് കാണിച്ചില്ല . സമയമുണ്ടല്ലോ . ഞാൻ ഉള്ളിൽ പറഞ്ഞു .

"ഇറങ്ങിവാ ... ഇരുട്ടിതുടങ്ങി. "

ഞങ്ങൾ മൂന്ന് പേരും താഴേക്ക് നോക്കി .

അമ്മയാണ് , ഇനി നിന്നാൽ അമ്മയ്ക്ക് കലിയിളകും.

ഞങ്ങൾ ഒരുമിച്ച് പറഞ്ഞു .

"വരുവാ ..."

രാത്രി എല്ലാവരും സന്തോഷത്തോടെ സംസാരിച്ചു . ആഹാരം കഴിച്ചു . പിന്നെ കുറേ നേരം ഞാൻ മണ്ണെണ്ണ വിളക്കിൽ വായിച്ചിരുന്നു.ഒരു നോവൽ "ഭാസ്ക്കരമേനോൻ " എനിക്ക് പഴയ സ്ക്കൂൾ വിട്ടുവന്നപ്പോൾ അവിടുത്തെ മാഷ് തന്നതാണ് . പിന്നയും മൂന്ന് നാല് പുസ്തകങ്ങളുണ്ട് . ഞാൻ എത്ര നേരമിരുന്ന് വായിച്ചാലും എന്നെ വീട്ടിൽ ആരും ശല്യപ്പെടുത്തിയിരുന്നില്ല . കുട്ടികൾ വായിക്കണമെന്നാണ് അച്ഛനും അമ്മയും പറയുന്നത് . വായിച്ചാൽ അറിവ് കൂടും . വായിച്ചാൽ നല്ല മനുഷ്യനാകും , ചിന്തിക്കും . വളരുമ്പോൾ വലിയ ആളാകും ഇങ്ങനെയൊക്കെയാണ് അവർ രണ്ട് പേരും പറഞ്ഞിരുന്നത് . അതുകൊണ്ട് ചുമ്മാ ഇരിക്കുന്ന കണ്ടാൽ എന്തെങ്കിലും വായിക്കാനാണ് എന്റെ മാതാപിതാക്കൾ പറഞ്ഞിരുന്നത് .

സന്തോഷം , അഭിമാനം .

നല്ല പുസ്തകം ,മുഴുവൻ ഒറ്റ ഇരുപ്പിന് തീർത്തു . പിറ്റേന്നും പതിവ് പോലെ ഞാൻ വൈകിയാണ് എഴുന്നേറ്റത് .

അമ്മ പുറത്ത് തന്നെ നിൽപ്പുണ്ട് . മുറ്റം തൂക്കുകയാണ്. ഒരു മുയൽ അമ്മയുടെ ചുറ്റും തുള്ളിക്കളിക്കുന്നു .

ഞാൻ അമ്പരന്നു .

" അമ്മേ മുയൽ "

ഞാൻ വിളിച്ചുപറഞ്ഞു .

"ആടാ ...രാവിലെ ആ കിണറിന്റെ അടുത്ത് വന്നിരിക്കുവാ. നോക്കുമ്പോ മുതുക് ഇത്തിരി മുറിഞ്ഞിട്ടുണ്ട് . ഞാൻ അടുത്ത് ചെന്നപ്പോ പോകുന്നില്ല , പിന്നെ ഞാൻ ഇത്തിരി മരുന്ന് വെച്ചുകൊടുത്തു . ഇത്തിരിവെള്ളോം ,ഒരു മധുരകിഴങ്ങും കൊടുത്തു . അതും തിന്നേച്ചിപ്പൊ എന്റെ പൊറേ നടക്കുവാ . എവിടെ പോയാലും കൂടെ നടക്കും ."

അമ്മ അതിനെ എടുത്ത് ഒക്കത്ത് വെച്ചു . തടവി , ഒരുമ്മ കൊടുത്തു .

ഞാൻ അമ്മയുടെ അടുത്തേക്ക് ചെന്നു .അതിനെ വാങ്ങി, താലോലിച്ചു . പിന്നെ തറയിൽ വെച്ചു .

"നമുക്ക് ഇതിനെ വളർത്തിയാലോ?"

ഞാൻ അമ്മയോട് ചോദിച്ചു .

" വളർത്താം, പക്ഷെ പൂട്ടിയിടണ്ട, ഇവിടൊക്കെ നടന്നോട്ടെ പോകുവാണെ പോട്ടെ "

അമ്മ പറഞ്ഞു .

ഞാൻ ചിരിച്ചു .

"അവര് കണ്ടോ?"

ഞാൻ വീണ്ടും ചോദിച്ചു .

" ആ കണ്ടു. രണ്ടും കൂടെ കുറേ കളിപ്പിച്ചിട്ടാ പോയത് ."

അമ്മ ചിരിച്ചു . ഞാനും

ഒരു കുഞ്ഞുകാപ്പികുടി കഴിഞ്ഞിട്ട് ഞാനും മുകളിലേക്ക്
പോയി . അവിടെ കപ്പ നടൽ , മുളക് തൈനടൽ ,വളമിടൽ
തുടങ്ങിയ കലാപരിപാടികൾ നടക്കുകയായിരുന്നു . ഞാനും
അവരോടൊപ്പം കൂടി .

കൂട്ടത്തിൽ ഞാൻ മുകൾ ഭാഗത്തേക്ക് കൈചൂണ്ടി ചോദിച്ചു.

"അവിടെ എന്താ അച്ഛാ?"

അച്ഛൻ അങ്ങോട്ട് നോക്കി .

" അവിടോ, അവിടെ എന്തോ സർക്കാർ കാര്യമാന്നാ
ആൾക്കാർ പറയുന്നേ ആരും അങ്ങോട്ട് പോകാറില്ല.
ഇടയ്ക്ക് പോലീസുകാര് അവിടൊക്കെ നടക്കുന്ന കാണാം .
നീ അങ്ങോട്ടൊന്നും പോകരുത് , കേട്ടോ.."

അച്ഛൻ ഇതും പറഞ്ഞുകൊണ്ട് പണിയിലേക്ക് തിരിഞ്ഞു .

ഞങ്ങളും .

എങ്കിലും എന്റെ മനസ്സിൽ ആകാംക്ഷ
ഏറിവന്നുകൊണ്ടിരുന്നു .

" ദേ ... ഇങ്ങോട്ട് വന്നേ "

അമ്മയാണ് . ഞങ്ങൾ നാലുപേരും താഴേയ്ക്കുനോക്കി .

"ഒന്ന് പെട്ടന്ന് വാ "

'അമ്മ വീണ്ടും പറഞ്ഞു. എന്തോ ഉണ്ട് , അമ്മയുടെ
ശബ്ദത്തിൽ ഇത്തിരി ഭയം കലർന്ന പോലെ തോന്നി .

എല്ലാവരും താഴേക്കിറങ്ങി   വീടിന് മുന്നിലെത്തി .

" എന്താ?"

അമ്മ തലകൊണ്ട് താഴേക്ക് ആംഗ്യം കാട്ടി .

ഞങ്ങൾ അങ്ങോട്ട് നോക്കി .

ഒരു മൂന്ന് പേര് മുകളിലേക്ക് വരുന്നു . അതിൽ ഒന്ന് ഒരു പോലീസുകാരനായിരുന്നു .

മുയൽ വീട്ടിനകത്തേയ്ക്ക് ഓടിപ്പോയി .

അത് കണ്ട് അംബികയും ഗോപിയും വീട്ടിലേക്ക് കയറി .

ഞങ്ങൾ മൂന്നുപേർ ബാക്കി .

കയറി വന്നതും ആ മീശക്കാരൻ പോലീസ് പറഞ്ഞു .

" ഇത്തി വെള്ളമെടുക്ക്."

അയാളുടെ 'രി' നീട്ടിയെടുത്ത ശ്വാസം കൊണ്ടുപോയിരുന്നു .

അമ്മ അകത്തേക്കുപോയി .

അയാൾ നന്നായി കിതയ്ക്കുന്നുണ്ട് . പക്ഷെ കൂടെവന്നവർക്ക് അത്ര ബുദ്ധിമുട്ട് തോന്നിയില്ല . ഒരാളെ എനിക്ക് കണ്ട് പരിചയമുണ്ട് . ഇന്നലെ വീട്ടിലെത്തിയ അയൽക്കാരൻ 'രാജൻ'. മൂന്നാമനെ എനിക്ക് പരിചയമില്ല . മിക്കവാറും ഇവിടുത്തുകാരൻ തന്നെ ആയിരിക്കും . അവരുടെ എല്ലാവരുടേയും മുഖത്ത് ഒരു ഭീതി വായിച്ചെടുക്കാൻ കഴിയുമായിരുന്നു.

മീശക്കാരൻ പോലീസ് , വീടിന് മുന്നിൽ കിടന്ന പാറയിലേക്ക് ചാഞ്ഞിരുന്നു . അയാൾ , വലിയ ശരീരമുള്ള വലിയ വയറുള്ള ഒരു മനുഷ്യനായിരുന്നു . ഒരു വലിയ കാക്കി നിക്കറിട്ട് കൂർത്ത തൊപ്പിവെച്ച അയാളെ കണ്ടാൽ കുട്ടികൾ ഭയക്കുമെന്നത് തീർച്ച . പക്ഷെ എനിക്ക് ഭയം തോന്നിയില്ല . എന്തിന് തോന്നണം , എന്റെ വീട് . എന്റെ കുടുംബം .

അമ്മ വെള്ളവുമായി വന്നു . അയാൾ അതുവാങ്ങി മട മടാ
കുടിച്ചു . പൊക്കി ഒഴിച്ചു കുടിച്ചതിനാൽ വെള്ളം കാക്കിയെ
നനയിച്ചു . കാക്കി നിറം മാറി അവിടം ഒരു ഇരുണ്ട നിറമായി
മാറി .

"ഈ സാറ് ഇവിടുത്തെ ഹെഡ് കോൺസ്റ്റബിളാ , കുട്ടൻ
പിള്ള "

രാജൻ അച്ഛനെ നോക്കി പറഞ്ഞു .

അച്ഛൻ വിനീതനായി നിന്നു .

" നിങ്ങള് പുതിയ താമസക്കാരാണോ ?" കുട്ടൻ പിള്ള
അച്ഛനോട് ചോദിച്ചു .

"അല്ല, മുമ്പ് എന്റെ അച്ഛനാ ഇവിടെ താമസിച്ചിരുന്നത്.
ഇടയ്ക്ക് ഞാൻ വന്ന് നിൽക്കും , അച്ഛൻ മരിച്ചപ്പോൾ
ഞങ്ങൾ ഇങ്ങോട്ട് മാറി . കുടുംബമായി താമസം തുടങ്ങിയിട്ട്
ഇപ്പൊ ഏതാണ്ട് ഒരു മാസമാകാൻ പോകുന്നു "

അച്ഛൻ പറഞ്ഞു .

" ഉം, എങ്ങനെ ഉണ്ട് സ്ഥലം, കുട്ടികൾക്കൊക്കെ
ഇഷ്ടമായയോ? എത്ര മക്കളാ ?"

കുട്ടൻപിള്ള വീണ്ടും ചോദിച്ചു .

"മൂന്ന്, രണ്ട് ആണും ഒരു പെണ്ണും "

അച്ഛൻ പറഞ്ഞു .

" ഉം. ഞാൻ വന്നത് , ഒരു പെൺകുട്ടിയെ കാണാനില്ല ,
ഇന്നലെ രാത്രി മുതൽ , ദാ ഇയാളുടെ മോളാണ് . നിങ്ങൾക്ക്
വല്ല വിവരോമുണ്ടോ ? പരിചയമുണ്ടോ ഇവരെ ? "

കുട്ടൻപിള്ള ചോദിച്ചു .

"രാജനെ അറിയാം, ഇന്നലെ വീട്ടിൽ വന്നിരുന്നു, ആ
പുള്ളിയെ പരിചയമില്ല "

അച്ഛൻ പറഞ്ഞു .

"ആ ... അത് വർക്കി, അയാളുടെ മോള് ഷീലയെ
കാണമാനില്ല. ഇന്നലെ കിടക്കാൻ നേരത്ത് കണ്ടതാ , രാവിലെ
നോക്കുമ്പോ ആളില്ല , പതിനേഴ് വയസ്സ് കഴിഞ്ഞ കൊച്ചാ "

രാജൻ പറഞ്ഞുനിർത്തി .

ഞാൻ വർക്കിയെ നോക്കി .

അയാളുടെ മുഖം ദയനീയമായിരുന്നു .

ഞാൻ നോക്കുമ്പോൾ അച്ഛനും വർക്കിയെ
നോക്കുകയായിരുന്നു .

അൽപ്പനേരമുണ്ടായാ നിശബ്ദതയെ മുറിച്ചുകൊണ്ട്
കുട്ടൻപിള്ള പോലീസ് സംസാരിച്ചുതുടങ്ങി

 "ഉം ... അപ്പൊ നിങ്ങൾക്കും അറിയില്ല. ഈ ചുറ്റുവട്ടത്
ആകെ കുറച്ച് വീടാ ഉള്ളത് അതും ഈ ഭാഗത്ത് നോക്കിയാ
കാണുന്നത് നാല് വീടും , ബാക്കിയൊക്കെ അങ്ങ്
റോഡിനോട് ചേർന്നാ , പിന്നെയും അങ്ങോട്ട് വീടുകളുണ്ട്
പള്ളിക്കുടമുണ്ട് , കടകളുണ്ട് , ഞങ്ങടെ പോലീസ്
സ്റ്റേഷനുണ്ട് . അങ്ങനെ അങ്ങനെ എല്ലാമുണ്ട് . അതെല്ലാം
ഇവിടുന്ന് ഒരു അഞ്ചാറ് കിലോമീറ്ററുവരും . പിന്നെ എന്തിനാ
നിങ്ങളെല്ലാം ഈ കാട്ടിൽ വന്ന് താമസിക്കുന്നെ , അതാ
എനിക്ക് മനസ്സിലാകാത്തത് ." അയാൾ പറഞ്ഞുനിർത്തി .

ആരും ഒന്നും പറഞ്ഞില്ല .

പക്ഷെ പെട്ടന്ന് അച്ഛൻ തുടങ്ങിവെച്ചു .

" എന്ത് ചെയ്യാനാ, ഇവിടെ കൃഷി ചെയ്യാൻ നല്ല
സൗകര്യമുണ്ട്. വെള്ളമുണ്ട് , വിലകുറച്ചുള്ള കുറച്ച് അധികം
സ്ഥലം കിട്ടി , ഞങ്ങള് മൂന്നാല് വയറ് കഴിയണ്ടേ ."

"ഉം അതും ശരിയാ "

കുട്ടൻ പിള്ള തുടർന്നു .

"ആ വർക്കി ... ഷീലയ്ക്ക് ആരോടെങ്കിലും വല്ല ഇഷ്ടമുണ്ടായിരുന്നോ? ഇനി അങ്ങനെയെങ്ങാനും പോയതാണെങ്കിലോ ?"

"ഇല്ല സാറേ, അവളുടെ കല്യാണം ഉറപ്പിച്ചുവെച്ചിരുന്നതാ, എന്റെ പെങ്ങടെ മോനുമായി, അവര് രണ്ട് പേരും നല്ല ഇഷ്ടത്തിലായിരുന്നു." വർക്കി ദീർഘനിശ്വാസത്തോടെ പറഞ്ഞുനിർത്തി .

"നിങ്ങൾക്ക് അടുത്ത് ബന്ധുവീടുകളുണ്ടോ?"

കുട്ടൻപിള്ള വീണ്ടും ചോദിച്ചു .

ആ പൊലീസുകാരൻ തെളിവെടുപ്പ് നടത്തുകയാണെന്ന് എനിക്ക് മനസ്സിലായി .

" ഇല്ല, ഞങ്ങള് ഇവിടെ വന്ന് താമസക്കാരാ, പന്ത്രണ്ട് വർഷമായി, എവിടെ ആരും ബന്ധുക്കളില്ല. അവളോ ഞങ്ങളോ അടുത്തുള്ള ആരുടേയും വീട്ടിൽ പോകാറുമില്ല "

വർക്കി പറഞ്ഞു .

"നിങ്ങൾ എത്ര നാളായി ഇവിടെ?"

കുട്ടൻപിള്ള രാജനോട് ചോദിച്ചു .

"ഞാൻ ഏതാണ്ട് ഒരു കൊല്ലം, അത്രേ ആയുള്ളൂ. "

രാജൻ പറഞ്ഞു .

" ആരൊക്കെയുണ്ട് വീട്ടിൽ "

വീണ്ടും കുട്ടൻ പിള്ള

" എനിക്ക് മൂന്ന് മക്കളാ, പിന്നെ ഭാര്യയും, ഞാനുംകൂടെ കൂട്ടി മൊത്തം അഞ്ച് പേര് "

രാജൻ പറഞ്ഞുനിർത്തി .

"നിങ്ങൾക്ക് ഷീലയെ അറിയാമോ?" രാജനോടും
അച്ഛനോടുമായി കുട്ടൻ പിള്ള ചോദിച്ചു .

അച്ഛൻ ഇല്ലെന്ന് തലയാട്ടി .

" അറിയും, ഞാൻ ഒന്ന് രണ്ട് പ്രാവിശ്യം അവരുടെ വീട്ടിൽ
പോയിട്ടുണ്ട്. ഞങ്ങള് കൂട്ടുക്കാരുമാ ?"

രാജൻ പറഞ്ഞുനിർത്തി .

" നിങ്ങളും ഷീലയുമായിട്ടോ?" കുട്ടൻ പിള്ള പെട്ടന്ന് ചോദിച്ചു.

" അയ്യോ അല്ല, വർക്കിയുമായിട്ട് " രാജൻ പറഞ്ഞു.

" പിന്നെ അയാള് പറഞ്ഞത് ആരുമായിട്ടും കൂട്ടില്ലെന്നും ഒരു
വീട്ടിലും പോയിട്ടുമില്ലെന്നുമാണല്ലോ രാജാ, അപ്പൊ
നിങ്ങളെങ്ങനെ കൂട്ടുകാരായി. എന്താ വർക്കി ശരിയല്ലേ , നീ
അങ്ങനെ അല്ലേ പറഞ്ഞത് ."

കുട്ടൻപിള്ള വർക്കിയെ രൂക്ഷമായി ഒന്ന് നോക്കി .

വർക്കി ഒന്ന് വിരണ്ടപോലെ തോന്നി .

"അയ്യോ സാറേ അങ്ങനെയല്ല, ഞാൻ ഇവരുടെ വീട്ടിൽ
പോയിട്ടില്ല, ഒന്ന് രണ്ട് തവണ രാജൻ വീട്ടിൽ വന്നിട്ടുണ്ട്.
അവൻ വെട്ടാൻ ആടിനെ വാങ്ങി ,പങ്ക് തരാൻ രണ്ട്
പ്രാവശ്യം . പിന്നെ കോഴിക്കറി കൊണ്ടുത്തെരാൻ , പിന്നെ .."

"ആ മതി, ഒരുപാട് തല ചൊറിയണ്ട, മനസ്സിലായി." കുട്ടൻ
പിള്ള പറഞ്ഞു .

 കുട്ടൻപിള്ള രാജനെ നോക്കി .

'പറഞ്ഞോ 'എന്നായിരുന്നു ആ നോട്ടത്തിന്റെ അർത്ഥമെന്ന്
എനിക്ക് തോന്നി. ഞങ്ങളുടെ മുറ്റം ഒരു പോലീസ്
സ്റ്റേഷനായെന്ന് തോന്നി . ഞാനും അച്ഛനും പാറാവുകാരും .

അമ്മയും അംബികയും ഗോപിയും മുറിക്കുള്ളിലേയ്ക്ക് പോയിരുന്നു.

"സാറേ എനിക്ക് ആട് കൃഷിയും കോഴികൃഷിയുമൊക്കെ ഉണ്ട് . മാസത്തിൽ ഒന്നോ രണ്ടോ പ്രാവിശ്യം ആടും കോഴിയുമൊക്കെ വെട്ടും . അതിലൊരുപങ്ക് ഇവർക്ക് കൂടി കൊടുക്കാൻ തോന്നി അത്ര തന്നെ , പുള്ളി എന്റെ വീട്ടിലൊന്നും വന്നിട്ടില്ല . പക്ഷെ ഞാൻ കൂട്ടുകാരനായിട്ടാണ് പുള്ളിയെ കാണുന്നത് . ദൂരെയാണെങ്കിലും വീട്ടീന്ന് കാണുന്ന ദൂരത്തിലാണല്ലോ ഇവര് .ഞാൻ എല്ലാവരുടെയടുത്തും ഇങ്ങനെയാ, ഇന്നലെ ഇവിടെയും ഞാനും വീട്ടുകാരും കൂടി വന്നിട്ടുണ്ടായിരുന്നു . "

" ഓ സൽസ്വഭാവിയാണ്. ശരി . അടുത്തുള്ളവരുമായിട്ട് ഒരു ബന്ധം വേണം , ഉം , ഒരു കണക്കിന് ആലോചിച്ചാൽ അതും നല്ലതാ , ഈ മലമുകളിൽ പെട്ടന്ന് എന്തെങ്കിലും സഹായം വേണമെന്ന് വച്ചാൽ ബുദ്ധിമുട്ടാണ് . അടുത്തുള്ളവരെ ആദ്യം സഹായിക്കാൻ കാണൂ .ഉം.... നിന്റെ വീട്ടിൽ വേറെ ആരൊക്കെയുണ്ട് ."

കുട്ടൻപിള്ള വീണ്ടും രാജനോട് ചോദിച്ചു .

" ഞാൻ മുമ്പേ പറഞ്ഞാരുന്നു. ഭാര്യയും മൂന്ന് മക്കളും "

രാജൻ പറഞ്ഞു .

" ഒന്നുകൂടെ പറയുന്നതിന് എന്തെങ്കിലും ബുദ്ധിമുട്ടുണ്ടോ രാജാ, മക്കൾ ആണോ പെണ്ണോ, വയസ്സ് എത്രയായി?"

കുട്ടൻപിള്ള ചോദിച്ചു .

"രണ്ട് പെൺമക്കൾ പതിനാല് വയസ്സുവീതം, പിന്നെ മോന് പതിനേഴ് ആകുന്നു. ഇപ്പോഴും പത്തിലാ , പഠിക്കുന്നെ , രണ്ട് കൊല്ലം പഠിപ്പ് മുടങ്ങി . ഭാര്യ അമ്മിണി ; അവൾക്ക് മുപ്പത്തിനാല് കഴിഞ്ഞു . എനിക്ക് നാൽപ്പതും ."

രാജൻ പറഞ്ഞു.

"മക്കളുടെ പേരൊക്കെ എങ്ങനാ?" കുട്ടൻപിള്ള ചോദിച്ചു .

"സാവിത്രി, സുമ, രാജു "

രാജൻ മറുപടി പറഞ്ഞു .

"ഉം. നിങ്ങടെ പേരും വിവരങ്ങളും പറഞ്ഞേ "

കുട്ടൻ പിള്ള അച്ഛനോട് പറഞ്ഞു .

" എന്റെ പേര്, ശശി, എനിക്ക് ഭാര്യയും മൂന്ന് മക്കളുമാണ്,
ഭാര്യ: ലതിക പിന്നെ ഈ നിൽക്കുന്നത് മൂത്ത മകൻ സച്ചി,
വയസ്സ് പതിനഞ്ചുകഴിഞ്ഞു. ഇതിന് ഇളയത് ഗോപി , അവൻ
ആറിലും, പിന്നെ മോള് അംബിക , അവള് അഞ്ചിലും
പഠിക്കുന്നു "

അച്ഛൻ പറഞ്ഞു നിർത്തി .

" അപ്പൊ ശശി, മോൻ എവിടാ പഠിക്കുന്നെ, കണ്ടാൽ ഒരു
ഇരുപത് പറയുമല്ലോ, വണ്ണമില്ലെങ്കിലും നല്ല നീളം?"

കുട്ടൻ പിള്ള എന്നെ അടിമുടി നോക്കികൊണ്ട് അച്ഛനോട്
ചോദിച്ചു .

"അവൻ ഇനി പത്തിലാ, ഇങ്ങോട്ട് വന്നിട്ട് മൂന്ന് നാല്
ദിവസമായതേ ഉള്ളു. ഇനി ഇവിടെ ചേർക്കണം ,
തരക്കേടില്ലാതെ പഠിക്കും "
അച്ഛൻ അഭിമാനത്തോടെ പറഞ്ഞു .

"ആ എന്തെങ്കിലും അറിഞ്ഞാ പറയണം, പിന്നെ രാത്രി
കിടക്കുമ്പോൾ വാതിലും ജന്നലുമൊക്കെ നന്നായി
അടക്കണം ,ഒറ്റപ്പെട്ട ഇടമല്ലേ "

കുട്ടൻ പിള്ള അച്ഛനോട്,തോളിൽ കൈ വച്ചു പറഞ്ഞു.

അച്ഛൻ തലയാട്ടി .

അവർ മൂന്ന് പേരും പോകുന്നത് ഞങ്ങൾ നോക്കി നിന്നു .

ദൂരെ എവിടെയോ കാലൻ കോഴി കൂകി .

രാത്രിയിൽ ഞങ്ങളുടെ വീട്ടിലെ വിഷയം, ആ കാണാതെ
പോയ പെൺകുട്ടിയായിരുന്നു . പല അഭിപ്രായങ്ങൾ
പൊങ്ങി വന്നു . ഞങ്ങളുടെ വീട്ടിൽ എല്ലാവർക്കും
സംസാരിക്കാമായിരുന്നു . ആ അഭിപ്രായങ്ങൾ കേൾക്കാൻ
എല്ലാവർക്കും സന്തോഷമേ ഉണ്ടായിരുന്നുള്ളൂ .

അമ്മ പറഞ്ഞു

"എനിക്ക് തോന്നുന്നത് ആ കൊച്ചിന് എന്തേലും അപകടം
നടന്നുകാണുമെന്നാ ?"

എന്ത് അപകടം ?

അച്ഛൻ ചോദിച്ചു .

" എന്തെങ്കിലും , വല്ല പൊട്ടകിണറ്റിൽ വീണതോ , അല്ലേ
മറ്റെന്തെങ്കിലും ."

അമ്മ പറഞ്ഞു .

" മറ്റെന്തെങ്കിലുമെന്ന് വെച്ചാ , എന്താ ?" ഞാൻ ചോദിച്ചു .

" മറ്റെന്തെങ്കിലുമെന്ന് വെച്ചാ,മറ്റെന്തെങ്കിലും ,അല്ലാതെ
ഞാനെന്ത് പറയാനാ , അതിനല്ലേ പോലീസ് "

അമ്മ ഉരുണ്ട് കളിച്ചു .

എല്ലാവരും ചിരിച്ചു .

അമ്മ തുടർന്നു .

"എന്തായാലും നാളെ ആ വീട്ടിൽ പോണം, എല്ലാരും കൂടി.
അയൽപക്കമൊ , അതാ മര്യാദ "

"ശരി " അച്ഛൻ പറഞ്ഞു.

അന്ന് എല്ലാവരും അത്താഴം കഴിച്ച് കിടന്നു .

കിടക്കുന്നതിന് മുന്നേ അച്ഛൻ എല്ലാ വാതിലും ജനാലകളും ഒന്നുകൂടി അടിച്ചിട്ടുണ്ടെന്ന് ഉറപ്പ് വരുത്തി.

"ഇനി വല്ല ജന്തുക്കളും പിടിച്ചതാവുമോ, കാടല്ലേ?"

ജനാല അടക്കുമ്പോൾ അച്ഛൻ അമ്മയോട് പറഞ്ഞു . അമ്മ ദീർഘനിശ്വാസം വിട്ടു .

എല്ലാവരിലും ഒരു ഭയം ഉണ്ടായിരുന്നു .

ഒരു ചെറിയ ഭയം .

4. പ്രണയം

പ്രണയം

ഞാൻ ഉറക്കത്തിലേക്ക് വഴുതിവീണു .

അവളുടെ മുഖം വീണ്ടും തെളിഞ്ഞുവന്നു . 'അവൾ ' എന്ന്
സംബോധന ചെയ്യാൻ എനിക്ക് തെല്ലും മടി തോന്നുന്നില്ല.
കാരണം അവൾ എന്റെ ആരോ ആയി മാറിയിരിക്കുന്നു .
ഈ ഒറ്റ ദിവസം കൊണ്ട് . ഞങ്ങൾ ഒരുമിച്ച് ചാരുവിന്റെ
വീട്ടിൽ ഉച്ചഊണിന് പോയി. ചാരു സന്തോഷവതിയായിരുന്നു.
അവൾ ഞങ്ങളുടെ ചുറ്റും പൂമ്പാറ്റ പോലെ പറന്നു നടന്നു .
ആ മഞ്ഞ പാവട അവൾക്ക് നന്നായി
ഇണങ്ങുന്നുണ്ടായിരുന്നു . ലീലയും ഞാനും ഒരുമിച്ചാണ്
ഉണ്ണാനിരുന്നത് . തറയിൽ പായിട്ട് ഇലയിട്ട് ഞങ്ങൾ
ഉണ്ണാനിരുന്നു . കല്യാണം കഴിഞ്ഞപുതുമോടിയിൽ വിരുന്നിന്
പോകുന്ന ദമ്പതികളെ പോലെയാണ് എനിക്ക് ഞങ്ങളെ
തോന്നിയത് . ഇരിക്കുമ്പോൾ എന്റെ കാൽമുട്ട് അവരുടെ
കാൽമുട്ടിന് മുകളിലായിരുന്നു . അവൾ എന്നെ
ചെറുചിരിയോടെ നോക്കി . ഞാനും . പെട്ടന്ന് വളരെ പെട്ടന്ന്
ഞങ്ങൾ പഴക്കം ചെന്ന പരിചയക്കാരായി മാറിയിരിക്കുന്നു .

ഉണ്ട് കഴിഞ്ഞിട്ട് ഞാൻ ഏഴുന്നേറ്റു . അവൾ
എഴുന്നേൽക്കാൻ ശ്രമിക്കുമ്പോൾ എന്റെ കരം ഞാൻ
അവളുടെ നേരേ നീട്ടി . അവൾ എന്റെ കണ്ണുകളിലേക്ക്
നോക്കി . ആ കണ്ണുകളിൽ പ്രണയം തുളുമ്പുന്നത് എനിക്ക്
കാണാമായിരുന്നു .   അവൾ എന്റെ കരം പിടിച്ചുകൊണ്ട്
ഏഴുന്നേറ്റു .

ചാരുവും അവളുടെ അമ്മയും ഞങ്ങളെ നോക്കുന്നത് ഞാൻ
ഒളികണ്ണിൽ കാണുന്നുണ്ടായിരുന്നു . ആ കണ്ണുകളിൽ
അസൂയയും കുശുമ്പും നിറഞ്ഞുനിൽക്കുന്നതും
ഞാനറിഞ്ഞു.

ഞാൻ കൈകൾ കഴുകാൻ തുടങ്ങിയ സമയം ലീല വെള്ളം
എന്റെ കൈകളിലേക്ക് ഒഴിച്ചു തന്നു . ശേഷം ഞാനും
അങ്ങനെ ചെയ്തു . എന്തിലും പ്രണയമായിരുന്നു . ഓരോ
നിമിഷത്തിലും .

അപ്പോഴും കണ്ണുകൾ ഞങ്ങളെ പിന്തുടരുന്നുണ്ടായിരുന്നു .

ചാരുവിന്റെ അമ്മ ലീലയുടെ അടുത്ത
കൂട്ടുകാരിയായിരുന്നു. അവർ ഞാനും ലീലയും
ഇടമുറിയാതെ നോട്ടവും സംസാരവുമായി ഇരിക്കുന്ന കണ്ട്
പലകുറി ഒന്നു മറിയാത്ത പോലെ ഞങ്ങളുടെ ഇടയിൽ
വന്നുപോയിക്കൊണ്ടിരുന്നു .

ലീല ആ പഴയ പതിനാലുകാരിയായി എന്നോട് ഒട്ടിനിന്നു .
ഞാനും .

ഞങ്ങൾ ആഹാരം കഴിച്ച് കുറച്ച് സൊറ പറഞ്ഞിരുന്നു .
പിന്നെ ഇറങ്ങി . ഇറങ്ങുമ്പോൾ ചാരുവിന്റെ അമ്മ വിളിച്ചു .

" ലീലേ, ഒന്ന് നിന്നെ "

ഞങ്ങൾ നിന്നു .

" എന്താ?" ലീല ചോദിച്ചു .

" ഒരു കാര്യം, നീ ഇങ്ങോട്ട് വാ ..."

അവർ പറഞ്ഞു .

ലീല അവരുടെ അടുക്കലേക്ക് നടന്നു . ഞാനത് നോക്കി
നിന്നു .

" എന്താ?" ലീല ചോദിച്ചു .

" അതാണ് എനിക്കും ചോദിക്കാനുള്ളത് എന്താ?"

അവർ ചോദിച്ചു .

" എന്ത്? " ലീലയുടെ കണ്ണുകൾ വികസിക്കുന്നത് ഞാൻ
കണ്ടു.

" അല്ല, നിങ്ങൾ കല്യാണം കഴിച്ചോ? കണ്ടാ അങ്ങനേ പറയൂ.
നല്ല ചേർച്ചയുമുണ്ട് " അവർ ചിരിച്ചു കൊണ്ട് ലീലയോട്
പറഞ്ഞു . എന്റെ അടുത്ത് നിന്ന് ഒരുപാട്
ദൂരമില്ലാത്തതിനാൽ   അവരുടെ സംസാരം എനിക്കും
കേൾക്കാൻ സാധിക്കുമായിരുന്നു .

ലീല അവിടെ നിന്ന് എന്നെ നോക്കി . ഞാനും അവളെ തന്നെ നോക്കുകയായിരുന്നു . ആ മുഖം ചുവന്ന് തുടുത്തിരുന്നു . കണ്ണുകൾ പൂത്തിരി കത്തിയ പോലെ പ്രകാശമയമായിരുന്നു.

" ആ നിങ്ങള് തമ്മിൽ ഒരു എട്ട്, ഒൻപത് അതിൽ കൂടുതൽ പ്രായവ്യത്യാസമൊന്നും കാണത്തില്ല, ഞാനും എന്റെ കെട്ടിയോനും തമ്മിൽ പതിനാല് വയസ്സിന്റെ വ്യത്യാസമുണ്ട്. അറിയാമോ , ആണുങ്ങൾക്ക് വയസ്സ് കുറഞ്ഞ പെണ്ണിനെ കെട്ടാമെങ്കിൽ പെണ്ണുങ്ങൾക്കും കെട്ടാം , നിങ്ങള് രണ്ടും നല്ല ജോഡിയാ , നിന്നെ ഇപ്പൊ കണ്ടാലും ഒരു പതിനേഴ് പതിനെട്ട് അതിൽ കൂടുതൽ പറയത്തില്ല . പിന്നെ നിനക്ക് കൊച്ചുങ്ങളുമില്ലല്ലോ . പോരാഞ്ഞിട്ട് ആ അധികം വന്നവനെ തല്ലിയോടിച്ചിട്ട് ജോലിയെടുത്ത് അന്തസ്സായിട്ടല്ലേ നീ കഴിയുന്നെ , നാട്ടുകാര് നാറികള് , അവറ്റകള് ഓരോന്ന് പറയും നീ കാര്യമാക്കണ്ട , ധൈര്യമായി അങ്ങോട്ട് പ്രേമിച്ചോ"

അവര് ലീലയുടെ താടിയിൽ പിടിച്ചുകൊണ്ട് പറഞ്ഞു .

ലീല തല കുനിച്ചു .

"പേടിക്കണ്ട, ഞാൻ ആരോടും പറയില്ല "

അവര് ലീലയെ കെട്ടിപ്പിടിച്ചു .

ഞാൻ ആ രണ്ട് പേരുടെ സ്നേഹം കണ്ടുകൊണ്ട് നിന്നു.

ലീല മുഖം കുനിച്ചുതന്നെ എന്റെ അടുത്തേക്ക് നടന്ന് വന്നു.

അങ്ങ് വീടിന് മുന്നിൽ ചാരു നിൽപ്പുണ്ട് . പക്ഷെ ഇവിടെ നടന്ന ഒന്നും തന്നെ അവള് കേട്ടിട്ടുണ്ടാവില്ല . ഒരു ദിവസം കൊണ്ട് അവളുടെ എന്റെ മനസ്സിലെ കസേര ഒരുവള് തട്ടിയെടുത്തതും , അതിൽ അധികാരത്തോടെ കയറിയിരുന്നതും അവള് അറിഞ്ഞിട്ടുണ്ടാവില്ല . ചിലപ്പോൾ ഞാൻ ഇഷ്ടപ്പെട്ടിരുന്നതുപോലും അവള് അറിഞ്ഞിട്ടുണ്ടാവില്ല . രഘുവിൽ നിന്നും അവള് എങ്ങനെ

രക്ഷപെടും പാവം . എനിക്ക് പ്രണയം മാറി അവളോട്
സഹതാപമായി . വെറും സഹതാപം മാത്രം .

ഞങ്ങൾ നടന്നു . ആരുമില്ലാത്ത കുന്നിൻ ചരിവിലൂടെ ഒന്നും
മിണ്ടാതെ . മരങ്ങളിൽ കിളികളുടെ പാട്ടുകൾ
കേൾക്കുന്നുണ്ട് . ആ വഴിയേ ആരും വരാറില്ല . വിജനം

" നമുക്ക് അവിടെ ഇരിക്കാം, എനിക്ക് സംസാരിക്കണം "

ലീല പറഞ്ഞു .

ഞാൻ അവളെ നോക്കി . സംസാരത്തിൽ ഒരു
ബഹുമാനത്തിന്റെ ഛായ . എന്റെ അമ്മ അച്ഛനോട്
സംസാരിക്കുന്ന ശൈലി .

ഞാൻ മൂളി .

"ഉം "

ഞങ്ങൾ വഴിയരുകിൽ നിന്നും മാറി ഒരു മാവിൻ ചോട്ടിൽ
ഇരുപ്പുറപ്പിച്ചു . ഒരു കുഞ്ഞൻ അരുവി അതിലൂടെ
ഒഴുകുന്നുണ്ട് . വെയിലുണ്ട് മരങ്ങളുടെ ചോലയിൽ വരകൾ
പോലെ വെളിച്ചം അരിച്ചിറങ്ങിവരുന്നു . ചൂടില്ല , ചെറിയ
കാറ്റ്, അതിൽ തന്റെ പറന്നുയർന്ന മുടി കൈകൾ കൊണ്ട്
അവൾ മാടി ഒതുക്കി . എന്റെ മനസ്സിൽ ആഹ്ളാദം
കൊടുമുടിയിലെത്തി . എന്തൊരു സുന്ദരിയാണ് ഈ സ്ത്രീ .
മനോഹരി . ഞാൻ എന്തൊരു ഭാഗ്യമുള്ള മനുഷ്യനും .

" ഉം ... എന്താ ഇങ്ങനെ നോക്കുന്നത്?" ലീല ചോദിച്ചു .

"ഒന്നുമില്ല, ഞാൻ കാണുകയായിരുന്നു. ലീല എന്തൊരു
സുന്ദരിയാണ് " ഞാൻ പറഞ്ഞു .

" ആണോ, ഞാൻ സുന്ദരിയാണോ?" ലീല ചോദിച്ചു .

" ഉം, സുന്ദരിയാണ്." ഞാൻ പറഞ്ഞു .

" സച്ചി ഞാൻ ഒരു കൊച്ച് പെൺകുട്ടിയല്ല, ഞാൻ ഇരുപത്തിമൂന്ന് വയസ്സുള്ള ഒരു സ്ത്രീയാണ്, പറഞ്ഞാൽ സച്ചിയുടെ അമ്മയേക്കാൾ ഒരു എട്ടോ ഒമ്പതോ വയസ്സ് കുറവുള്ള ഒരു സ്ത്രീ, അതുപോലെ ഞാൻ സുന്ദരിയാണെന്ന് പറയുന്ന ആദ്യത്തെ ആണും സച്ചിയല്ല. എന്റെ കുറേ കാര്യങ്ങളൊക്കെ സച്ചി കേട്ട് കാണും , എന്റെ ആദ്യ ഭർത്താവിനെ ഞാൻ ... "

പെട്ടന്ന് ഞാൻ അവളുടെ വായ പൊത്തി .

" വേണ്ട പറയണ്ട, എനിക്കറിയാം, ചിലരൊക്കെ പറഞ്ഞത് കേട്ടിട്ടുണ്ട്. ഇപ്പോ നല്ലപോലെ ജോലിയെടുത്തല്ലേ ജീവിക്കുന്നെ , ഇനി ആരും ഒന്നും പറയില്ല ,പറഞ്ഞാലും ഞാനത് കാര്യമാക്കുന്നില്ല . പിന്നെ വയസ്സ് ,അതിലെന്താണ് കാര്യം . ഞാൻ ആണും നീ പെണ്ണും അത് പോരെ "

ഞാൻ അവളോട് ചോദിച്ചു .

പിന്നെ വായിൽ പൊത്തിയ കൈ പിൻവലിച്ചു .

"പോര, അത് പോര സച്ചി, ഒരു കാര്യം കൂടി സച്ചി അറിയണം, എന്റെ ഭർത്താവ്; അയാൾ എങ്ങും പോയതല്ല, ഒരിക്കൽ ഒരു രാത്രി എന്നെ തല്ലി ബോധം കെടുത്തി തോളിലിട്ടുകൊണ്ട് ഈ കുന്നിന് മുകളിൽ കൊണ്ടുവന്നു. അന്ന് ഇവിടെ നാലോ അഞ്ചോ തമിഴമ്മാരുണ്ടായിരുന്നു . ആ രാത്രി ഞാനൊരു ഒരു പെണ്ണാണെന്ന ഒരു മനുഷ്യനാണെന്ന പരിഗണനയില്ലാതെ അവരെന്നെ .... ബോധം കേട്ട ഞാൻ ഉണർന്നപ്പോ നേരം വെളുത്തിരുന്നു . എന്റെ ശരീരത്തിൽ തുണിയില്ലായിരുന്നു . പുറം മുഴുവൻ മുറിവുകൾ . തമിഴൻമ്മാരെ കണ്ടില്ല . പക്ഷെ അയാൾ ; ആ ഒറ്റ മരം കണ്ടോ അതിന്റെ അടിയിൽ കിടക്കുന്നു .ഉറങ്ങുന്നു. എനിക്ക് പിന്നെ ഒന്നും ശരിക്ക് ഓർമ്മയില്ല ,എങ്ങനെ സംഭവിച്ചെന്നും അറിയില്ല . അവിടെ കിടന്ന ഒരു വലിയ കല്ലുകൊണ്ട് അയാളുടെ തല ഞാൻ തലച്ചോറ് പുറത്തുവരും വരെ ഇടിച്ചു . "

അവൾ പെട്ടന്ന് നിർത്തി ,ശക്തിയായി ശ്വാസമെടുത്തു .

" ലീലാ " ഞാൻ അവളുടെ തോളിൽ പിടിച്ചു .

അവൾ തുടർന്നു .

"അയാളെപ്പൊ മരിച്ചെന്ന് എനിക്കറിയില്ല , മരിച്ചോന്നും
അറിയില്ല . തലയും മുഖവും ചതഞ്ഞുപോയി ,ഒന്ന്
ശക്തിയായി പിടഞ്ഞതുപോലുമില്ല . എന്റെ മുഖവും പുറവും
എല്ലാം അയാളുടെ ചോരയായിരുന്നു . പിന്നെ ഒരു
ഓട്ടമായിരുന്നു . നിന്നത് വീട്ടിലെത്തിയിട്ടാ , ആരെങ്കിലും
കണ്ടോ അറിയില്ല . വീട്ടിലെത്തുമ്പോ ആ ചെറുക്കൻ
ഉറക്കമാ . പിന്നെ കുളിച്ചു ,ഉറങ്ങി ,എത്ര നേരം
ഉറങ്ങിയെന്നറിയില്ല . "

അവൾ പൊട്ടിക്കരഞ്ഞു കൊണ്ട് രണ്ട് കൈകളും തലയിൽ
ചേർത്തുകൊണ്ട് കുനിഞ്ഞിരുന്നു .

ഞാൻ അവളെ കെട്ടിപ്പിടിച്ചു . അവൾ ഒരു
കൊച്ചുകുഞ്ഞിനേപ്പോലെ എന്നോട് ചേർന്നിരുന്നു .

"മറന്ന് കള, കരയണ്ട, മറന്ന് കള "

ഞാൻ അവളെ ഇറുകെ പുണർന്നുകൊണ്ട് പറഞ്ഞു .

അൽപ്പ സമയംകൊണ്ട് അവൾ ആ കരച്ചിലിൽ നിന്നും കര
കയറി . കണ്ണുകൾ തുടച്ചു ,പിന്നെ എന്നെ നോക്കി .

പിന്നെ ചോദിച്ചു .

" എന്നോട് വെറുപ്പില്ലേ? ഭയമില്ലേ ?"

ഞാൻ ചിരിച്ചു . പിന്നെ പറഞ്ഞു .

"ഇല്ല, എന്തിന്? നീ ഒന്നും ചെയ്തില്ലല്ലോ ?"

അവളുടെ കരഞ്ഞു വീർത്ത മുഖത്ത് ആശ്വാസത്തിന്റെ ചിരി
പടർന്നു . അത് എനിക്കും ആശ്വാസമായി .

അവൾ എന്റെ കൈകളിൽ പിടിച്ചുകൊണ്ട് വീണ്ടും
ചോദിച്ചു.

"ഞാൻ നിന്റെ പ്രായത്തിൽ മൂത്തവളാണ് ,
അറിഞ്ഞുകൊണ്ടല്ലെങ്കിലും ഒരുപാട് പേർക്ക് ഇരയായിട്ടുണ്ട്
ഞാൻ . പ്രസവിച്ചതല്ലെങ്കിലും നിന്റെ പ്രായത്തിലുള്ള
മോനുണ്ട് . ചിലരെങ്കിലും ഞാൻ വേശ്യയാണെന്ന്
പറയുന്നവരുണ്ട് . ഇപ്പോഴും എന്റെ വാതിലിൽ മുട്ടുന്ന
മാന്യമാരുണ്ട് . നീ എന്നെ എന്ത് കണ്ടിട്ടാണ് ഇഷ്ടമെന്ന്
പറയുന്നത് . എന്തിന് നിന്റെ പ്രായത്തിലുള്ള രഘു , ഞാൻ
കുളിക്കുമ്പോൾ ഒളിഞ്ഞുനോക്കും ഉറങ്ങുമ്പോൾ തൊട്ട്
നോക്കും . കാരണം ഞാൻ അവന്റെ അമ്മയല്ലെന്ന്
അവനറിയാം . എനിക്കും . ഈ പ്രായത്തിൽ അവന് ഇതേ
തോന്നൂ . നീയും എന്നെ അങ്ങനെ കാണുകയല്ലേ . എനിക്ക്
പരിഭവമില്ല . എന്റെ ഈ പ്രായത്തിൽ എനിക്കും ഒരു
പൈങ്കിളി പ്രേമം കിട്ടിയില്ലേ , അതും നിന്നേപ്പോലെ ഒരു
കൊച്ചു സുന്ദരൻ "

അവൾ എന്റെ താടിയിൽ പിടിച്ചുകൊണ്ട് പറഞ്ഞു .

ഞാൻ അവളുടെ കണ്ണുകളിൽ നോക്കി. പിന്നെ ആ
കൈകളിൽ പിടിച്ചു .

" ഈ പ്രായമോ, എന്താ കിളവിയായയോ, കിളവിയായാലും
നിന്നെ കളഞ്ഞിട്ട് ഞാൻ എങ്ങും പോകില്ല, എന്താ
ഇഷ്ടമായത്, അറിയില്ല, പറയാൻ ഒന്നുമില്ല, പക്ഷെ നീ
ഇല്ലെങ്കിൽ എനിക്ക് അമ്മ അമ്മയില്ലാതാകുന്ന
പോലെയാണ്. പെങ്ങളില്ലാതാകുന്ന പോലെയാണ് .
കൂട്ടുകാരിയില്ലാതാകുന്ന പോലെയാണ് . അങ്ങനെ
എന്തൊക്കയോ ആണ് . ഞാൻ ഒരിക്കലും നിന്നെ വിട്ട്
പോകില്ല , ലീല , ലീലയോട് ഞാൻ എന്ത് പറയും .എങ്ങനെ
വിവരിക്കും ,നീ എന്റെ ആദ്യത്തെ പ്രണയമല്ല , പക്ഷേ
അവസാനത്തെ പ്രണയമാണ് ."

അവൾ എന്നെ ഇരുകൈകൾ കൊണ്ടും വരിഞ്ഞുമുറുക്കി .
ഞാൻ ആ കരവലയത്തിൽ ജീവിതത്തിന്റെ അർത്ഥം കണ്ടു.

കുറച്ച് സമയം ഞങ്ങൾ അങ്ങനെ തന്നെ ഇരുന്നു. പിന്നെ അവൾ എന്നെ സ്വാതന്ത്രയാക്കി . ആ കാറ്റിന് ഒരു ചെറിയ സുഗന്ധമുണ്ടായിരുന്നു . ഒരു ചെറിയ ചന്ദനഗന്ധം .

" പോകാം " അവൾ പറഞ്ഞു .

"ഉം " ഞാൻ മൂളി .

ഞങ്ങൾ എഴുന്നേറ്റ് , പിന്നെ കൈകൾ കോർത്ത് നടന്നു . നടക്കുമ്പോൾ ഞാൻ അവളുടെ മുഖത്തേയ്ക്ക് നോക്കി . മനോഹരം .

അപ്പോൾ മനസ്സിൽ ഒരു ചോദ്യം ഉയർന്നുവന്നു . അയാൾക്ക് എന്ത് പറ്റിക്കാണും , ഉറപ്പായും മരിച്ചിട്ടുണ്ടാവും . അപ്പൊ ആ ശരീരം , അത് എന്ത് ചെയ്തുകാണും . ആരെങ്കിലും അറിഞ്ഞാൽ ,എന്റെ ലീലയെ ,ഇല്ല കുഴപ്പമൊന്നും ഉണ്ടാവില്ല, ഇപ്പൊ വർഷങ്ങൾ കഴിഞ്ഞില്ലേ , എങ്കിലും , ഞാൻ അറച്ച് അറച്ച് ചോദിച്ചു .

" അയാളെ എന്ത് ചെയ്തു ?"

അവൾ പെട്ടന്ന് നിന്നു .

"ആരെ ?"

അവൾ ചോദിച്ചു .

" അയാളെ , അയാൾ മരിച്ചിട്ടുണ്ടാവുമല്ലോ ?"

ഞാൻ പറഞ്ഞു .

അവൾ കുറച്ചു കൂടി എന്റെ അരുകിലേയ്ക്ക് നിന്ന് താഴ്ന്ന സ്വരത്തിൽ പറഞ്ഞു .

" മരിച്ചിട്ടുണ്ടാവും , പിന്നെ ഞാൻ കണ്ടിട്ടില്ല ?"

"കണ്ടിട്ടില്ലേ ? പിന്നെ അങ്ങോട്ട് പോയില്ലേ ?" എനിക്ക് ആകാംക്ഷ

"പോയി , അയാളെ കണ്ടില്ല , സ്വപ്നമാണെന്ന് കരുതി ,
പക്ഷെ അല്ല , അയാളുടെ ചോര അവിടൊക്കെ
ഉണ്ടായിരുന്നു . അയാളുടെ തല ഇടിച്ച് പൊട്ടിച്ച
കല്ലുണ്ടായിരുന്നു . അയാളെ കണ്ടില്ല , അയാളെ കണ്ടില്ല "

അവൾ വിറപൂണ്ട് പറഞ്ഞുകൊണ്ട് എന്റെ തോളിലേക്ക്
ചാഞ്ഞു .

ഞങ്ങൾ നടന്നു . അവളുടെ വീട് കഴിഞ്ഞിട്ട് പിന്നെയും
ഒരുപാട് ദൂരം . ചില സ്ഥലങ്ങളിൽ ഞങ്ങൾ വഴിയിൽ നിന്നും
മാറി ഇരുന്നിരുന്നു . എന്തൊക്കയോ പറഞ്ഞു . ചിരിച്ചു .
പരസ്പരം കൈകളിൽ തലോടി. ഇടയ്ക്ക് ഇടയ്ക്ക് അവൾ
എന്റെ തലയിൽ തലോടികൊണ്ടിരുന്നു . ഞങ്ങൾ
പ്രണയത്തിലാണ് അഗാധപ്രണയത്തിൽ . യുഗങ്ങൾ
പ്രണയത്തിൽ കുതിർന്ന ജീവിച്ച, ജീവിച്ചുകൊണ്ടിരിക്കുന്ന
ഹൃദയങ്ങൾ . ലീലയും ഞാനും .

" എന്താടാ, ഉറക്കത്തിൽ കിടന്ന് ചിരിക്കുന്നെ?"

അച്ഛൻ തട്ടി വിളിച്ചു .

ഞാൻ ഞെട്ടിയുണർന്നു .

"എന്താണ് ഒരു ചിരിയും, ഞെളിപിരിയും, നല്ല
ഇളക്കത്തിലാണെല്ലോ "

ഞാൻ തല ഉയർത്തിനോക്കി . അമ്മ

"എന്ത് ഒന്നുമില്ല."

ഞാൻ പറഞ്ഞു .

" ഉം ... ഉം ... " അടുത്ത ശബ്ദം ഞാൻ തലതിരിച്ചു നോക്കി.

അംബിക , ഗോപി , രണ്ടും തല ഭാഗത്ത് നിൽക്കുന്നു .

എന്റെ ഉള്ള് ഒന്ന് പിടഞ്ഞു .
ദൈവമേ എന്തോ നടന്നു , എന്താവും .

" എന്ത്? എന്ത് ? "

ഞാൻ ചുറ്റും തലയോടിച്ചുകൊണ്ട് ചോദിച്ചു .

" എന്താ പ്രേമമാണോ? ആരാ ഈ ലീല ? "

പെട്ടന്ന് അമ്മയുടെ ചോദ്യം .

" ആ ... അറിയത്തില്ല, സ്വപ്നമായിരിക്കും, ഒന്നും ഓർമ്മയില്ല
"

ഞാൻ വിക്കി വിക്കി പറഞ്ഞു .

" ഉം സ്വപ്നം, കണ്ടിട്ടുണ്ട് കണ്ടിട്ടുണ്ട്, മോൻ കൂടുതൽ
മെഴുകണ്ട, എഴുന്നേക്കാൻ നോക്ക് "

അമ്മ പറഞ്ഞു .

അവിടെ ഒരു കൂട്ടച്ചിരി മുഴങ്ങി .

5. അന്വേഷണം

അന്ന് രാവിലെ അച്ഛൻ പറമ്പിലേക്കിറങ്ങിയില്ല . അമ്മ
ചായയും ദോശയും ചമ്മന്തിയുമുണ്ടാക്കി . ഞങ്ങൾ
വട്ടമിട്ടിരുന്നു സൊറപറഞ്ഞുകൊണ്ട് അത് കഴിച്ചു . ഇടയ്ക്ക്
എന്റെ സ്വപ്നവും വിഷയമായെത്തി . ഞാൻ പെട്ട പാട് .
അമ്മ ആരാണ് ലീല എന്ന ഒറ്റ ചോദ്യത്തിൽ ഉറച്ച്
നിൽക്കുന്നു . അവസാനം അച്ഛൻ ഇടപെട്ടു . ഒരു
സ്വപ്നമല്ലേ , അച്ഛൻ പറഞ്ഞു . ഏതാണ്ട് സമയം
ഒൻപതിനോടടുക്കുമ്പോൾ ഞങ്ങൾ അഞ്ചുപേരും ഒരുങ്ങി
ഇറങ്ങി .

ഞങ്ങൾ ആദ്യം പോയത് 'വർക്കി' യുടെ വീട്ടിലേക്കാണ് .

അവിടെ വർക്കിയുണ്ടായിരുന്നു . പിന്നെ അയാളുടെ ഭാര്യ .
അപ്പൊ ഒരു ചെറുക്കൻ കയറിവന്നു . അത്
രാജുവായിരുന്നു രാജന്റെ മകൻ .

വർക്കി ഞങ്ങളെ അകത്തേക്ക് ക്ഷണിച്ചു . അമ്മയും
അംബികയും അകത്തേക്ക് പോയി . ഞാനും ഗോപിയും
അച്ഛനും വർക്കിയോടൊപ്പം ആ മുറിയിൽ ഇരുന്നു. പഴയ
ചുമരിൽ ചിത്രപ്പണികൾ നടത്തിയിരിക്കുന്നു . മനോഹരം ,
എല്ലാവരും അത് നോക്കി .

"ഷീല മോള് വരച്ചതാ " വർക്കി പറഞ്ഞു , അയാൾ
വിതുമ്പുന്നുണ്ടായിരുന്നു .

" അച്ഛൻ പറഞ്ഞു ഉച്ചതിരിഞ്ഞിട്ട് കുറച്ച് പേര് കൂടി വരും.
എല്ലായിടവും ഒന്നുകൂടി നോക്കാമെന്ന് " രാജു ആയിരുന്നു .

എല്ലാവരും അവനെ നോക്കി .

അവൻ ആരേയും കാത്ത് നിന്നില്ല , പെട്ടന്ന് തിരിഞ്ഞിട്ട് ഒറ്റ
പോക്ക് .

വന്നു , പറഞ്ഞു , പോയി .

ആരേയും കാക്കാനോ , വിഷമം കേൾക്കാനോ അവന്
താൽപര്യമില്ല . അവന്റെ കാര്യം കഴിഞ്ഞു അവൻ പോയി .

ആ ബുദ്ധിമുട്ട് മാറാനെന്നോണം അച്ഛൻ
സംസാരിച്ചുതുടങ്ങി.

"നമുക്ക് ഇപ്പൊ തന്നെ ഈ മലയിലും കാടുമൊക്കെ
ഒന്നുകൂടി തിരഞ്ഞാലോ"

അച്ഛൻ ചോദിച്ചു .

"ഞാൻ രണ്ടുപ്രാവിശ്യം നോക്കിയതാ , എന്തോ അവൾക്ക്
സംഭവിച്ചു . എന്താണെന്നറിയില്ല എന്റെ കുട്ടി ?"

അയാൾ വീണ്ടും വിതുമ്പി .

അച്ഛൻ ഏഴുന്നേറ്റു .

"വർക്കി വാ ... പെണ്ണുങ്ങൾ ഇവിടെ നിൽക്കട്ടെ , ഒന്നുകൂടി
നോക്കാം , എന്തായാലും ഉച്ചകഴിഞ്ഞിട്ട് ഒരു നോട്ടം
കൂടിയുണ്ട് . ഇപ്പൊ നമ്മൾ നാലുപേർക്കും കൂടി ഇറങ്ങാം ,
വാ ... "

അച്ഛൻ വർക്കിയുടെ കൈയ്യിൽ പിടിച്ചുകൊണ്ട് പറഞ്ഞു .

" വേണ്ട ഉച്ചതിരിയുമ്പോ പത്തുപതിഞ്ചുപേരുകൂടി വരും
അപ്പൊ പോകാം , രാജൻ പറഞ്ഞിരുന്നു ആളെ കൊണ്ട്
വരുമെന്ന് . "

വർക്കി പറഞ്ഞു .

"അങ്ങനെയാണെങ്കിൽ ഞങ്ങളും കൂടാം "

അച്ഛൻ വർക്കിയോട് പറഞ്ഞു .

വർക്കി അച്ഛന്റെ കൈകളിൽ മുറുകെ പിടിച്ചു .
" മോളെ എപ്പൊ മുതലാണ് കാണാതാകുന്നത് ?" അച്ഛൻ
ചോദിച്ചു .

"ഇന്നലെ അത്താഴമുണ്ടിട്ട് കിടന്നതാ , രാവിലെ
നോക്കുമ്പോൾ അവളില്ല ." വർക്കി പറഞ്ഞു .

" ഒരുപാട് രാത്രി ആയായിരുന്നോ കിടക്കാൻ ?" ഞാൻ ചോദിച്ചു .

അച്ഛൻ എന്നെ ഒന്ന് നോക്കി , പിന്നെ അയാളോട് ചോദിച്ചു .

"ആയായിരുന്നോ ?"

" ഒരു പത്ത് മണി " അയാൾ പറഞ്ഞു .

" ഉം , രാവിലെ ആരാ ആദ്യം എഴുന്നേൽക്കുന്നെ ?"

"അത് എന്റെ കെട്ടിയോളാ ,അവള് രാവിലെ ഒരു ആറ് ആററയ്ക്ക് എഴുന്നേൽക്കും "

എന്റെ ചോദ്യത്തിന് അയാൾ ഉത്തരം പറഞ്ഞു .

"അപ്പൊ മോളെ രാത്രികാണാതെ പോയെന്ന് പറയാൻ പറ്റില്ലല്ലോ ?"

ഞാൻ വീണ്ടും പറഞ്ഞു .

അയാളുടെ മുഖത്ത് ഒരു ചെറിയ അമ്പരപ്പ് കണ്ടു . അയാൾക്കും സംശയമുണ്ടായിക്കാണും കാരണം അത്ര നേരം രാത്രി മകളെ കാണാതെപോയെന്ന് പറഞ്ഞിരുന്നതാണ് .

അയാളിൽ ഒരു സംശയത്തിന്റെ വിത്ത് പാകാൻ കഴിഞ്ഞത് എന്നെ സന്തോഷിപ്പിച്ചു .

വർക്കി അങ്ങനെ തന്നെ കുറേ നേരം ഇരുന്നു . ആലോചനയിലാണ് .

പിന്നെ അകത്തേയ്ക്ക് നോക്കി വിളിച്ചു .

" സാറേ ... സാറാമ്മേ ... "

"ഓ ..."

അകത്ത് നിന്ന് ഒരു സ്ത്രീയുടെ ശബ്ദം ഉയർന്നുകേട്ടു . ഞങ്ങൾ ആ ശബ്ദത്തിന്റെ വരവിനെ നോക്കി. ഒരു സുന്ദരരൂപം . ഒരു മുപ്പത് വയസ്സ് അതിൽ കൂടുതലുണ്ടാവില്ല . ചട്ടയും മുണ്ടും വേഷം . ' സാറാമ്മ '

"ഓ ." അവർ വീണ്ടും ഭവ്യതയോടെ ഭർത്താവിനോട് ചോദ്യഭാവത്തിൽ വിളികേട്ടു .

" നീ മോളെ എപ്പോഴാ അവസാനം കണ്ടത് ?"

വർക്കി സാറാമ്മയുടെ മുഖത്തേയ്ക്ക് നോക്കി ചോദിച്ചു .

ഉത്തരാത്തിനായി എല്ലാവരും ആകാംക്ഷയോടെ അവരുടെ മുഖത്തേയ്ക്ക് നോക്കി .

" ഒരു പന്ത്രണ്ട് കഴിഞ്ഞുകാണും , ഞാൻ മറപ്പുരയിൽ പോകാൻ എഴുന്നേറ്റായിരുന്നു , അപ്പൊ അവള് എന്തോ വായിക്കുവാരുന്നു . വിളക്കിന് അടുത്ത് തലവെച്ചുകിടക്കരുതെന്നും ഞാൻ പറഞ്ഞാരുന്നു . എന്തായാലും സമയം പന്ത്രണ്ട് കഴിഞ്ഞിട്ടുണ്ടാവും .ഓരോ മണിക്കൂറിലും അവിടെ മലയിൽ നിന്നും കൊട്ട് കേക്കും , അതാ എനിക്ക് ഉറപ്പ് "

അവർ പറഞ്ഞുനിർത്തി .

ശരിയാണ് , അപ്പോഴാ ഞാൻ ഓർത്തത് ഓരോ മണിക്കൂറിലും അവിടെ വീടിന് മുകളിലെ ആ വേലിക്ക് ഉള്ളിൽ നിന്നും വലിയ കൊട്ട് കേൾക്കും , ആദ്യ ദിവസങ്ങളിൽ എനിക്കും വലിയ വിഷമമായിരുന്നു . ഇപ്പൊ എല്ലാവരേയും പോലെ ശീലമായിരിക്കുന്നു .

"രാവിലെ ആറ് മണിക്ക് ഉണർന്നപ്പോ,മോളെ കണ്ടിരുന്നോ ?" ഞാൻ ചോദിച്ചു . അവർ എന്നെ അമ്പരപ്പോടെ നോക്കി .

" ഞാൻ കണ്ടില്ല . ഏഴ് മണിക്ക് മുന്നേ അവളെ വിളിക്കാൻ ചെന്നപ്പോ അവളില്ല , ഞാൻ കരുതി പല്ലുതേക്കാൻ ഇറങ്ങിക്കാണുമെന്ന് "

അവർ പറഞ്ഞുനിർത്തി . അപ്പോഴും അവർ എന്നെത്തന്നെ
നോക്കുകയായിരുന്നു . എനിക്കും അവരെ മുമ്പ് കണ്ട
പരിചയം തോന്നി .

"പന്ത്രണ്ടിനും ആറിനും ഇടയ്ക്ക് എപ്പോഴെങ്കിലും മോളെ
കണ്ടിരുന്നോ?"

ഞാൻ വീണ്ടും ചോദിച്ചു .

അവർ ആലോചിക്കുന്നതായി തോന്നി .

"ഉവ്വ്, സമയം ഓർമ്മയില്ല. ഇടയ്ക്ക് വീണ്ടും ഞാൻ
പുറത്തിറങ്ങിയിരുന്നു . അപ്പോഴും അവള്
ഉറങ്ങിയിട്ടില്ലായിരുന്നു . പുസ്തകം വായന . എന്നെ കണ്ടതും
ഇപ്പൊ കിടക്കും , തീരാറായി , എന്നൊക്കെ പറഞ്ഞു . ഞാൻ
പുറത്ത് പോയിട്ട് വന്ന് വീണ്ടും ഉറങ്ങാൻ കിടന്നു ."

അവർ പറഞ്ഞു .

"തിരികെ വന്നപ്പോ മോള് കിടന്നിരുന്നോ? " ഞാൻ ചോദിച്ചു.

"ഉവ്വ് , വെട്ടമില്ലായിരുന്നു . കിടന്നു കാണും " അവർ മറുപടി
പറഞ്ഞു .

"കതക് നിങ്ങൾ ഉറപ്പായും അടച്ചിരുന്നോ, അതുപോലെ
രാവിലെ കതക് തുറന്നിട്ടുണ്ടായിരുന്നോ? പിന്നെ ഒരു കാര്യം
കൂടി അവസാനം ഉറങ്ങാൻ കിടന്ന ഏകദേശസമയം ഒന്ന്
പറയണം " ഞാൻ അവരോട് വീണ്ടും ചോദിച്ചു .

അവരുടെ മുഖത്ത് വീണ്ടും അമ്പരപ്പ് . അവർ തോളിൽ
ഇട്ടിരുന്ന ചെറിയ വെള്ള മുണ്ടുകൊണ്ട് ഒന്നുകൂടി വയറ്
മറച്ചു . അവർ ഗർഭിണിയാണ് .

"അത്, സമയം എനിക്ക് ഓർമ്മയില്ല , ഞാനൊന്നൊരു പാതി
ഉറക്കത്തിലായിരുന്നു . മോൻ ചോദിച്ചപ്പോഴാ ഓർമ്മ വന്നത്.
എന്തായാലും ആദ്യം ,പന്ത്രണ്ട് കഴിഞ്ഞപ്പൊ ഞാൻ കിടന്നു .
പിന്നെ നല്ല ഒരു ഉറക്കം അതിന് ഇടയിൽ എപ്പോഴോ
എഴുന്നേറ്റു . എന്തായാലും ഒരു രണ്ട് മൂന്ന് മണി

ആയിക്കാണും . പിന്നെ കതക് , അത് അടച്ചിരുന്നതായാ
എന്റെ ഓർമ്മയില് , തീർത്ത് പറയാൻ ഒക്കത്തില്ല " അവർ
പറഞ്ഞു .

" അപ്പൊ , ഈ രണ്ട് മൂന്ന് മണിക്ക് എഴുന്നേറ്റപ്പൊ , കതക്
അടഞ്ഞു കിടന്നോ അതോ , തുറന്ന് കിടന്നോ ?"

ഞാൻ വീണ്ടും ചോദിച്ചു .

എല്ലാവരുടെ കണ്ണിലും എന്തോ സത്യം കണ്ടുപിടിക്കാൻ
പോകുന്നു എന്ന ഭാവം ഞാൻ കണ്ടു .

" ഉറപ്പാ ,അടച്ചേക്കുവാരുന്നു ." അവർ പറഞ്ഞു .

" അതെന്താ ഉറപ്പ് ?" ഞാൻ വിട്ടുകൊടുക്കാൻ കൂട്ടാക്കിയില്ല .

അവർ തുടർന്നു .

"അത് , ഞാൻ തുറക്കാൻ ഒരുപാട് പാടുപെട്ടു . ദോ ആ
മുകളിലെ കൊളുത്ത് ഇട്ടിരിക്കുകയായിരുന്നു . അത്
തുറക്കാൻ എനിക്ക് പാടാ "

"അങ്ങനെ പാടാണെങ്കിൽ എന്തിനാ ഇട്ടത്. അവസാനം
കിടന്നത് ചേട്ടത്തിയല്ലേ ? "

ഞാൻ വീണ്ടും ചോദിച്ചു .

"ആ .. ഞാനാ ,പക്ഷേ അത് ഇട്ടതായി എനിക്ക് ഓർമ്മയില്ല "
അവർ ആശങ്ക നിറഞ്ഞ മുഖത്തോടെ പറഞ്ഞു .

"ചേട്ടൻ രാത്രി പുറത്തിറങ്ങിയായിരുന്നോ?"

ഞാൻ വർക്കി ചേട്ടനോട് ചോദിച്ചു .

എല്ലാവരുടെ കണ്ണുകളും വർക്കിയുടെ നേർക്ക് നീണ്ടു .

" ഇല്ല .. ഇല്ല ഞാൻ ഇറങ്ങിയില്ല . "

വർക്കി തെല്ലും പരിഭവം കലർന്ന ശബ്ദത്തോടെ പറഞ്ഞു .

"ആണോ അപ്പൊ രാത്രി ഷീല , ഇറങ്ങിയിട്ട് കയറിയതാവും , ഒരു കാര്യം ഉറപ്പിക്കാം , മൂന്നിനും ആറിനും ഇടയ്ക്കാണ് ഷീലയെ കാണാതെ പോയത് . "

ഞാൻ ഇത്തിരി ഗർവ്വോടെ പറഞ്ഞു .

"ശരിയാ , ശരിയാ "

അവിടവിടെ ആൾക്കാർ പരസ്പരം ഏറ്റുപറഞ്ഞു .

" ചേട്ടൻ എപ്പോഴാ എഴുന്നേറ്റത് ? "

ഞാൻ വർക്കിയെ നോക്കി ചോദിച്ചു .

വർക്കി ചേട്ടൻ അത് പ്രതീക്ഷിച്ചില്ലെന്ന് തോന്നുന്നു . മുഖമൊന്ന് കനത്തപോലെ തോന്നി .

" ആറിന് മുമ്പ് , ഉറപ്പാണ് , ഞാൻ ഉണർന്ന് കുറേ കഴിഞ്ഞിട്ടാ കൊട്ടുകേട്ടത് " വർക്കി പറഞ്ഞു .

"അപ്പൊ ചേട്ടത്തി ഉറങ്ങുവാരുന്നോ , അതോ അടുക്കളയിലായിരുന്നോ ?" ഞാൻ വീണ്ടും വർക്കിയോട് ചോദിച്ചു .

" അവൾ ഇല്ലായിരുന്നു ." വർക്കി പറഞ്ഞു .

" ഞാൻ ഏഴുന്നേറ്റപ്പോ പുള്ളി നല്ല ഉറക്കമാ, ഞാൻ ഉണർന്ന് കുറച്ചുകഴിഞ്ഞപ്പോ കൊട്ട് കേട്ടിരുന്നു "

സാറാമ്മ പറഞ്ഞു .

"അപ്പൊ ചേട്ടത്തി ഉണർന്നത് അഞ്ചുമണിക്ക് മുന്നേ ആണ്, ആറല്ല. അപ്പൊ ഉറപ്പായും ഷീലയെ കാണാതെ പോയത് നിങ്ങള് രണ്ടുപേരും ഉണർന്ന സമയത്തിന് ഇടയിലാ , അഞ്ചിനും ആറിനും ഇടയിൽ " ഞാൻ തല ഉയർത്തി നിന്നുപറഞ്ഞു .

ചുറ്റുമുള്ളവർ പരസ്പരം നോക്കി .ശരിയാ സമയം വെച്ചുനോക്കുമ്പോൾ ആ ഒരുമണിക്കൂറിലാ സംഭവം .

എല്ലാവരും ഒരു അത്ഭുത വസ്തുവിനെ കാണുന്ന പോലെ എന്നെ നോക്കി . അച്ഛനും അമ്മയും അഭിമാനം കൊള്ളുന്നത് ഞാൻ കണ്ടു .

" രാവിലെ എഴുന്നേറ്റ് മോള് ആദ്യം എന്താ ചെയ്യുന്നത് , അമ്മയുടെ അടുത്ത് വരുമോ , അതോ നേരെ പല്ലുതേപ്പും മറ്റുകാര്യത്തിനും പോകുമോ " ഞാൻ സാറാമ്മയോട് ചോദിച്ചു .

"ഷീലയും സാറാമ്മയും അത്ര രസത്തിലല്ല , ഞാൻ പുതിയ കല്യാണം കഴിച്ചത് ഷീലയ്ക്ക് ഒട്ടും ഇഷ്ടമല്ലായിരുന്നു . ആ ഒരു ഏനക്കേട് ഉണ്ടായിരുന്നു . " വർക്കി പറഞ്ഞു .

"അവൾക്ക് ആട്ടിൻ കുട്ടികളെ ജീവനായിരുന്നു . രാവിലെ അതുങ്ങടെ അടുത്തേയ്ക്ക് പോകും " സാറാമ്മ തല കുനിച്ചുകൊണ്ട് പറഞ്ഞു .

"എവിടാ പുറകിലാന്നോ ആടുകളെ കെട്ടുന്നേ ? " ഞാൻ ചോദിച്ചു .

"ഉം " അവർ മൂളി .

"രാവിലെ ആടിന് തോലൊടിക്കാൻ പോകുന്ന പരുപാടി വല്ലതുമുണ്ടോ ഷീലയ്ക്ക് ?"   ഞാൻ വീണ്ടും ചോദിച്ചു .

"ഉം , തലേന്ന് തോലൊടിച്ചിട്ടില്ലായിരുന്നു " സാറാമ്മ പറഞ്ഞു.

" ഉം ,അപ്പൊ ഉറപ്പാണ് , ഷീല രാവിലെ എഴുന്നേറ്റ് അവളുടെ ആടുകളുടെ അടുത്തത് പോയി , പിന്നെ ആടിന് തീറ്റയ്ക്ക് വേണ്ടി ,തോലറുക്കാനും പോയി .ഒന്ന് പറയാമോ സാധാരണയായി ഷീല എങ്ങോട്ടാണ് തോലറുക്കാൻ പോകാറുള്ളത് ?"

ഞാൻ രണ്ടുപേരോടുമായി ചോദിച്ചു .

"മോളില് കപ്പ നട്ടിരിക്കുന്ന ഭാഗത്തേക്കാ അവള് പോന്നെ." സാറാമ്മ പറഞ്ഞു .

"നമുക്ക് ഇപ്പൊ അവിടൊക്കെ ഒന്ന് നോക്കാം?" ഞാൻ എല്ലാവരോടുമായി ചോദിച്ചു ."

" ഞങ്ങള് നോക്കിയതാ, അവിടില്ല " വീണ്ടും സാറാമ്മ പറഞ്ഞു.

"എന്നാലും ഒന്ന് നോക്കിയേക്കാം, വാ ..." അച്ഛൻ വർക്കിയുടെ കൈയ്യിൽ പിടിച്ചു.

"നിങ്ങളാരും വരണ്ട, ഞങ്ങള് മൂന്നുപേരുകൂടി പോവാം " ഞാൻ പറഞ്ഞു.

ഞാനും അച്ഛനും വർക്കിയും കൂടി വീടിന് പുറകിലെ കപ്പ കമ്പുകള് നാട്ടിയ ചരിഞ്ഞ സ്ഥലത്തേക്ക് കയറി .

കപ്പ നാട്ടിയ മൂന്ന് നാല് തുണ്ടുകള് കഴിഞ്ഞാൽ മുകള് ഭാഗത്ത് പലതരം മരങ്ങളാണ്. ഞങ്ങള് മുകളിലെത്തി . ശരിയാണ് തോലറത്തിട്ടുണ്ട് . ഒരു ചെറിയ കേട്ട് പ്ലാവില കൂട്ടിവെച്ചിരിക്കുന്നു . കുറച്ച് മുന്നോട്ട് നടന്നപ്പോൾ കണ്ടു . ഒരു പുള്ളിത്തുണി അതിൽ അവിടവിടെ ചുവന്ന പൂക്കള് . ഞാൻ അതെടുത്തു . പിന്നെ അയാളെ നോക്കി . അയാൾ തേങ്ങലോടെ കൈകള് കൊണ്ട് മുഖം പൊത്തി താഴേക്കിരുന്നു . അച്ഛൻ അയാളെ താങ്ങിപ്പിടിച്ചു .

" അവളുടെ പാവാട, അവളുടെയാ " വർക്കി പറഞ്ഞു.

എനിക്ക് ഉത്സാഹമായി . സംഗതി വിജയിച്ചിരിക്കുന്നു .

"വാ... മുകളിലേക്ക് നോക്കാം?" ഞാൻ പറഞ്ഞു .

അയാൾ രണ്ട് കൈയ്യും തലയിലേക്ക് വച്ചു , ഉച്ചത്തിൽ കരഞ്ഞുകൊണ്ട് തറയിലിരുന്നു .

"വേണ്ട, എങ്ങും പോകണ്ട, അവൾ പോയി, മരിച്ചുപോയി. അവൻ അവളെ കൊന്നുകളഞ്ഞു " വർക്കി പറഞ്ഞു .

ഞങ്ങള് മുഖത്തോട് മുഖം നോക്കി .

" ആര് കൊന്നു. അപ്പൊ നിങ്ങൾക്ക് അറിയാം . പറ എന്താ
ഇവിടെ നടക്കുന്നെ ?" ഞാൻ അമ്പരപ്പോടെ ദേഷ്യത്തോടെ
അയാളോട് ചോദിച്ചു .

 " അറിയാം , എനിക്ക് അറിയാം , പക്ഷെ ഞാൻ പറയില്ല .
ആരോടും , പക്ഷെ ഒരിക്കല്‍ ഞാൻ പറയാം നിങ്ങളോട് ,
നിങ്ങളോട് മാത്രം .   പക്ഷെ ഇപ്പൊ ആരോടും പറയരുത് ,
ആരും ഇത് അറിയരുത് . " വർക്കി ഞങ്ങളുടെ നേരെ
കൈകൂപ്പി .

അയാളുടെ മുഖം , കലങ്ങി പതയ്ക്കുന്ന തിരമാല പോലെ
ആയിരുന്നു .

അച്ഛൻ എന്നെ നോക്കി , ആ നോട്ടത്തിന് ആരും
അറിയരുതെന്നായിരുന്നു അർത്ഥം . ഞാൻ ശരി എന്ന്
തലയാട്ടി .

"വർക്കി ഇപ്പൊ ഒന്നും പറയണ്ട , ഏഴുന്നേൽക്ക് , ഞങ്ങൾ
ആരോടും പറയില്ല " അച്ഛൻ വർക്കിയെ
പിടിച്ചെഴുന്നേൽപ്പിച്ചു . ഞാനും സഹായിച്ചു .ഒന്നും മിണ്ടാതെ
വീട്ടിലേക്ക് നടന്നു . അയാളുടെ തല കുനിഞ്ഞിരുന്നു .
ഞങ്ങൾ പുറകെ . ഇനി എന്നെങ്കിലും സത്യമറിയുന്ന വരെ
ഈ ശ്വാസംമുട്ടൽ വിടാതെ ഞങ്ങളെ പിൻതുടരും , ഉറക്കം
കെടുത്തും . ഉറപ്പ്. ഞാൻ ദീർഘശ്വാസമെടുത്തു .

6. തിരോധാനകഥ

ദിവസങ്ങൾ കടന്നുപോയി . കാണാതായ
പെൺകുട്ടിയെക്കുറിച്ച് വീട്ടിൽ സംസാരമുണ്ടാവുമ്പോൾ
ഞാനും അച്ഛനും പരസ്പരം നോക്കും ,പിന്നെ ആ
സംസാരത്തെ വേറൊരുവിഷയത്തിലേയ്ക്ക് ഞങ്ങൾ തിരിച്ച്
വിടും .

ഇതിനിടയിൽ അമ്മ, വർക്കിയുടെ വീടുമായി നല്ല കൂട്ടിലായി .
ഇടയ്ക്ക് വീട്ടിലുണ്ടാക്കുന്ന ആഹാര സാധനങ്ങളുടെ
പങ്കുമായി അമ്മ അങ്ങോട്ട് പോകും . അച്ഛൻ ചോദിച്ചാൽ
കഴിഞ്ഞു .അപ്പാ പറയും , " ഒരു ഗർഭിണിയുടെ കാര്യം
നിങ്ങൾക്ക് പറഞ്ഞാമനസ്സിലാകുമോ " പിന്നെ അച്ഛനെ
മഷിയിട്ട് നോക്കിയാലും കാണാൻ കഴിയില്ല . കാരണം
അമ്മയുടെ പരാതിയുടെ ഭാണ്ഡം അച്ഛന് ഭയമാണ്.

ഷീലയുടെ തിരോധാനം വാർത്തയല്ലാതായി . ഒരുപാട്
തിരച്ചിൽ നടത്തിയെങ്കിലും അവളെ കിട്ടിയില്ല . എല്ലാവരും
അവരവരുടെ ജോലികളിലേക്ക് ഉൾവലിഞ്ഞു . പോലീസ്
അന്വേഷണം അവസാനിപ്പിച്ചു .

അങ്ങനെ ഇരിക്കെ ഒരു ദിവസം വർക്കി വീട്ടിൽ വന്നു .
നല്ലപോലെ കുടിച്ചിട്ടുണ്ട് .കൂടെ അയാളുടെ ഭാര്യയും
ഉണ്ടായിരുന്നു .അയാൾ അച്ഛനെ കെട്ടിപ്പിടിച്ചു . പിന്നെ
നിർത്താതെ കരഞ്ഞുകൊണ്ടിരുന്നു . അച്ഛൻ അയാളുടെ
തോളിൽ തട്ടി ആശ്വസിപ്പിച്ചുകൊണ്ടിരുന്നു .

"എവിടുന്ന് കിട്ടിയെന്ന് അറിയില്ല ,കുടിച്ചിട്ട് നടക്കാൻ
വയ്യാതെ വീട്ടിൽ വന്നു .പിന്നെ ഈ കരച്ചിലാ ,ഇടയ്ക്ക്
പറയും ഇങ്ങോട്ട് വരണമെന്ന് . അവസാനം സഹികെട്ട്
കൊണ്ട് വന്നതാ " അയാളുടെ ഭാര്യ പറഞ്ഞു .

"കുഴപ്പമില്ല , കാര്യമാക്കണ്ട " അമ്മ അയാളുടെ ഭാര്യയെ
ആശ്വസിപ്പിച്ചുകൊണ്ട് അടുക്കളയിലേക്ക് കൂട്ടികൊണ്ട്
പോയി .

"എനിക്ക് സംസാരിക്കണം " അയാൾ വീണ്ടും വീണ്ടും
പറഞ്ഞുകൊണ്ടിരുന്നു.

"ശരി,സംസാരിക്കാം , വർക്കി പറയൂ " അച്ഛൻ അയാളോട്
പറഞ്ഞു .

"ഇവിടെ വേണ്ട ,പുറത്ത് പോകാം ,നിങ്ങള് രണ്ട് പേര് മാത്രം
വന്നാമതി " അയാൾ ചുറ്റും നോക്കികൊണ്ട് പറഞ്ഞു .
എനിക്ക് മനസ്സില് ഒരു സമാധാനപ്രാവ് കുറുകിയപോലെ
തോന്നി . വർക്കി വന്നത് സത്യം പറയാനാണ് .
അയാൾക്കറിയാവുന്ന ഷീലയെക്കുറിച്ചുള്ള സത്യം . അത്
തന്നെയാവണേ , ഞാൻ മുകളിലേയ്ക്ക് നോക്കി നെഞ്ചിൽ
കൈചേർത്തുകൊണ്ട് ദൈവത്തെ ഓർത്തു .

വർക്കി പുറത്തേക്ക് ഇറങ്ങി , ഞാനും അച്ഛനും പുറകെ ,
കൂടെവരാൻ തുടങ്ങിയ അംബികയോടും ഗോപിയോടും
അകത്തിരിക്കാൻ അച്ഛൻ കൈകാട്ടി .അയാൾ നടന്ന്
കിണറ്റിൻകരയിൽ ചെന്ന്നിന്നു . പിന്നെ അവിടെ
ഉണ്ടായിരുന്ന പാറപുറത്ത് ചാഞ്ഞിരുന്നു . ഞാനും അച്ഛനും
അയാൾക്ക് ഇരുവശവും നിന്നു . പാറാവുകാരേപ്പോലെ .

വർക്കി പറഞ്ഞുതുടങ്ങി .

" നിങ്ങളോട് പറയണമെന്ന് കരുതിയതാ ,പിന്നെ നല്ല രണ്ട്
കൂട്ടര് വന്നപ്പോൾ എല്ലാം ഞാനങ്ങ് വിറ്റു . നിങ്ങടെ
വീടിനോട് ചേർന്ന് കിടക്കുന്ന ,ആ കാണുന്ന ഒരേക്കറും
കൊച്ച് വീടും , പിന്നെ ഞങ്ങള് താമസ്സിക്കുന്ന വീടും
പുരയിടവും . രണ്ടുകൂട്ടരും ദൂരെ ഉള്ളവരാ " അയാൾ
പറഞ്ഞുനിർത്തി . പിന്നെ ഞങ്ങളുടെ മുഖത്തേയ്ക്ക്
നോക്കിനിന്നു . ഞാനോ അച്ഛനോ ഒന്നും പറഞ്ഞില്ല .
ഞങ്ങളുടെ വീടിനോട് ചേർന്ന് കിടന്ന ഒരേക്കറും വീടും
വാങ്ങണമെന്ന് അച്ഛന് വലിയ ആഗ്രഹമായിരുന്നു . പക്ഷേ
അച്ഛൻ അതിനേക്കുറിച്ച് ഒന്നും പറഞ്ഞില്ല . ചോദിച്ചില്ല .

 "അതിനെന്താ വർക്കി , പക്ഷേ നിങ്ങളെങ്ങോട്ട് പോകും "
അച്ഛൻ ചോദിച്ചു .

" ഇനിയുള്ള കാലം സാറാമ്മയുടെ വീട്ടിൽ ,അവിടെ
അവൾക്ക് ഒത്തിരി മണ്ണുണ്ട് , അവളുടെ അമ്മയാണേ

വീട്ടിൽ അവിടെ ഒറ്റയ്ക്കാണ് . ഇനി എനിക്കെന്തിനാ
ഇതൊക്കെ . "

അയാൾ ഒരു നെടുവീർപ്പോടെ പറഞ്ഞു നിർത്തി .

മകളുടെ തിരോധാനം അയാളെ മാനസികമായും
ശാരീരികമായും തളർത്തിയിരിക്കുന്നു . ഇനി ഒരു കുട്ടി
ജനിക്കുമ്പോൾ ചിലപ്പോൾ അയാളിൽ മാറ്റങ്ങൾ
വരുമായിരിക്കും . ഞാൻ നെടുവീർപ്പെട്ടു .പിന്നെ എനിക്ക്
തോന്നി , ഷീലയെ കുറിച്ച് ചോദിക്കാൻ ഇതാണ് ശരിയായ
സമയം .

" മകളെക്കുറിച്ച് എന്തെങ്കിലും അറിഞ്ഞോ ?" ഞാൻ
ചോദ്യമെടുത്തിട്ടു .പിന്നെ ആകാംഷയോടെ ചെവിയോർത്തു.
അയാൾ എന്നെ നോക്കി ,പിന്നെ കുറേ നേരം
ശൂന്യതയിലേക്ക് നോക്കിയിരുന്നു . അയാളുടെ മുഴുവൻ
കെട്ടിറങ്ങിയ പോലെ തോന്നി . മുഖവും കണ്ണുകളും
കൈകൊണ്ട് ശക്തിയായി തിരുമ്മികൊണ്ട് അയാൾ
പറയാൻ തുടങ്ങി . ഞങ്ങൾ കാത് കൂർപ്പിച്ചു .

"അത് പറയാനാണ് ഞാൻ വന്നത് ,അത് പറയാനാണ്
വന്നത് ,ആരോടെങ്കിലും പറയണം ,മനസ്സിനൊരു സമാധാനം
കിട്ടും .കിട്ടണം " അയാൾ തുടർന്നു .

" ഷീല, അവൾ എന്ത് സുന്ദരിയും എന്ത് പാവമായിരുന്നു.
അവളുടെ അമ്മയെപ്പോലെ , ഭാര്യ മരിച്ച ശേഷം ഒരുപാട്
നാളുകൾ ഞങ്ങള് രണ്ടും മാത്രമായിരുന്നു വീട്ടിൽ .
അങ്ങനെ കുറേ മുന്നോട്ട് പോയപ്പോ എനിക്ക് തോന്നി ,
അവൾക്ക് ഒരു അമ്മ വേണമെന്ന് . അങ്ങനെ ഞാൻ
കല്യാണം കഴിച്ചതാണ് സാറാമ്മ . സാറാമ്മ നല്ല സ്ത്രീയാണ്.
അവൾക്ക് ഷീലയെ ജീവനാണ് . പക്ഷേ ഷീല എന്തോ
അവരെ ഇഷ്ടപ്പെട്ടില്ല . എങ്കിലും വലിയ കുഴപ്പങ്ങളൊന്നും
ഉണ്ടാവാതെ മുന്നോട്ട് പോകുവാരുന്നു .അന്ന് മോളെ
കാണാഞ്ഞിട്ട് നടന്ന് നടന്ന് ഒടുവിൽ ആ മരങ്ങളുടെ ഇടയിൽ
അവളെ കണ്ടെത്തിയത് സാറാമ്മയാണ് . ആരോ അവളെ
ഉപദ്രവിച്ചിരുന്നു . തുണിയൊക്കെ കീറിക്കളഞ്ഞിരുന്നു .

അവൾക്ക് ജീവനുണ്ടായിരുന്നില്ല . ആളെ മിന്നായം പോലെ
സാറാമ്മ കണ്ടു . അത് രാജനാ , രാജൻ." അയാൾ നിർത്തി .

"രാജനോ?" അച്ഛൻ അമ്പരപ്പോടെ ചോദിച്ചു .

" അയാളോ? " ഞാനും ഞെട്ടിപ്പോയി

"എന്താ പോലീസിൽ പറയാഞ്ഞത് " ഞാൻ അമ്പരപ്പോടെ
ചോദിച്ചു.

അയാൾ തുടർന്നു .

" ഒരുപാട് നേരം ഞങ്ങൾ അവളെ കെട്ടിപ്പിടിച്ച് കരഞ്ഞു .
കുറേ കഴിഞ്ഞു കാണണം വെള്ളയും വെള്ളയും ധരിച്ച ഒന്ന്
രണ്ട് പേര് അങ്ങോട്ട് വന്നു .അവര് എന്തൊക്കയോ
പറഞ്ഞു. ഞങ്ങൾക്കാണേ ഒന്നും മനസ്സിലായില്ല . പിന്നെ
അതിലൊരാള് പോയി ഒരു മലയാളിയെ
വിളിച്ചുകൊണ്ടുവന്നു . ആദ്യം അവര് പറഞ്ഞത് എനിക്ക്
സഹിച്ചില്ല ,ഞാൻ സമ്മതിച്ചില്ല . അവസാനം ഞാൻ
അനുസരിച്ചു . ആ കൊട്ടുകേൾക്കുന്ന , അവിടെനിന്ന്
വന്നവരാ ,അവർക്ക് ഷീലയുടെ ശരീരം വേണം.
കൊടുത്താൽ ഞങ്ങള് പറയുന്ന ആൾക്ക് അവര് അവിടെ
ജോലി കൊടുക്കും . പിന്നെ കൊന്ന ആളെ കണ്ട് പിടിച്ചിട്ട്
എന്ത് വേണമെങ്കിലും ചെയ്തുതരും . അവരിലോരോ
അവിടെ നടന്ന കാര്യങ്ങൾ ദൂരദർശനി വഴി കണ്ടൂന്ന് .
അവർ എത്തിയപ്പോഴേക്ക് എല്ലാം കഴിഞ്ഞിരുന്നു .
അവസാനം ഞാൻ അവളെ അവർക്ക് കൊടുത്തു .
എനിക്ക് അറിയണമായിരുന്നു , എനിക്ക് പ്രതികാരം
ചെയ്യണമായിരുന്നു അവരോട് , ആരാണ് ,ആരൊക്കയാണ്
അവളെ കൊന്നുകളഞ്ഞത് ?." അയാൾ വിങ്ങിപ്പൊട്ടി .

അച്ഛൻ അയാളുടെ തോളിൽ തടവി

അയാൾ തുടർന്നു .

"അവളെ ഉപദ്രവിച്ചതും കൊന്നതും ഒരാളാന്നും .അയാള്
പോയപ്പോ, വേറൊരാളും .....പക്ഷേ ആ രണ്ട് പേരെ

അറിയില്ലെന്നും കണ്ടാൽ മനസ്സിലാകുമെന്നും ആ മലയാളി പറഞ്ഞു. അവിടെ നിന്നും ഓടിപ്പോയത് രാജനാണെന്ന് സംശയമുണ്ടെന്ന് ഞാൻ അവരോട് പറഞ്ഞു . നിങ്ങൾക്ക് എന്താണ് വേണ്ടതെന്ന് അവർ ചോദിച്ചപ്പോ , സാറാമ്മ പറഞ്ഞു മകളെ കൊന്നവൻ നരകിച്ച് ,നരകിച്ച് ചാവണമെന്ന്. അതിന് ഞാനും തലയാട്ടി . അവസാനം അവളെ അവർ കൊണ്ട് പോയി . പിന്നൊരു പത്ത് ദിവസം കഴിഞ്ഞപ്പോൾ ആ മലയാളി വീണ്ടും വീട്ടിൽ വന്നു . ആളെ മനസ്സിലായെന്നും എന്ത് വേണമെന്നും ചോദിച്ചു . രാജനെ തല്ലി നാടുകടത്താനും ഷീലയെ കൊന്നവൻ നരകിച്ചു ചാവണമെന്നും വീണ്ടും സാറാമ്മ പറഞ്ഞു . ശരിയെന്നും പറഞ്ഞിട്ട് അയാള് പോയി ."

"എന്നിട്ട്?"   ഞാൻ ആകാംക്ഷയോടെ ചോദിച്ചു .

വർക്കി തുടർന്നു .

"ഒരു മൂന്ന് ദിവസം കഴിഞ്ഞപ്പോ അയാൾ വീണ്ടും വന്നു. അയാളോടൊപ്പം ചെല്ലാൻ പറഞ്ഞു . അവരുടെ വേലികെട്ടിയ സ്ഥലത്തിനകത്ത് എവിടേയോ ആണ് ,അവർ ഞങ്ങളെ കൊണ്ട് പോയത് .അവിടെ ചെന്നപ്പോ വിശ്വസിക്കാൻ കഴിഞ്ഞില്ല ,ഞെട്ടിപ്പോയി "

" എന്തായിരുന്നു?"

ഞാനും അച്ഛനും ഒരുമിച്ച് ആകാംക്ഷയോടെ അയാളോട് ചോദിച്ചു .

അയാൾ ഒരു ദീർഘനിശ്വാസത്തോടെ തുടർന്നു .

"അത് കുട്ടൻ പിള്ള ആയിരുന്നു. ഹെഡ് കോൺസ്റ്റബിൾ കുട്ടൻപിള്ള "

ഞങ്ങൾ ഞെട്ടിപ്പോയി .

വർക്കി തുടർന്നു .

"അയാളെ അവർ ചങ്ങലയിലിട്ടിരിക്കുകയായിരുന്നു.
അയാൾ നഗ്നനായിരുന്നു . സാറാമ്മ അയാളെ അടിച്ചു ,
ചവിട്ടി . അയാൾ ഒന്നും മിണ്ടിയില്ല കുനിഞ്ഞിരുന്നു .
എനിക്കും അയാളെ കൊല്ലാനുള്ള ദേഷ്യമുണ്ടായിരുന്നു .
പക്ഷേ ചുറ്റും നിന്നവർ ഒന്നിനും സമ്മതിച്ചില്ല . "

"അവർ അയാളെ എന്ത് ചെയ്തു?" ഞാൻ ചോദിച്ചു .

വർക്കി എന്നെ നോക്കി , പിന്നെ തുടർന്നു .

"ഞങ്ങളുടെ മുന്നിൽ വെച്ച് രണ്ട് പേർ അയാളെ പാലിലും
തേനിലും കുളിപ്പിച്ചു. പിന്നെ കഴിക്കാൻ കുറേ ആഹാരം
മുന്നിൽ വെച്ചു .അത് എന്തിനാണെന്നോ ,അവരെന്താണ്
ചെയ്യാൻ പോകുന്നതെന്നോ ഞങ്ങൾക്ക് മനസ്സിലായില്ല .
പിന്നെ ഞങ്ങളെ അവർ ഒരു ഓഫീസ് മുറിയിലേക്കാണ്
കൊണ്ട് പോയത് . അവിടെ അകത്തെ മുറിയിൽ നിന്നും
ഉറക്കെയുള്ള ആരുടേയോ കരച്ചിൽ കേട്ടു . ആ മലയാളി
പറഞ്ഞു അത് രാജനാണെന്ന്, അയാളും കുടുംബവും
നാളെ ഇവിടം വിട്ട് പോകുമെന്ന് .അന്നത്തെ സാറാമ്മയുടെ
കരച്ചിൽ ഇപ്പോഴും കാതിലുണ്ട് .അവൾക്ക് അത്ര
ഇഷ്ടമായിരുന്നു ഷീലയെ "

അയാൾ വിറച്ചുകൊണ്ട് പറഞ്ഞുനിർത്തി .

എനിക്ക് അപ്പോഴും സംശയമായിരുന്നു . കുട്ടൻപിള്ളയെ
അവരെന്താണ് ചെയ്തത്. അയാൾക്ക് എന്ത് സംഭവിച്ചു .
ഞാൻ സംശയിച്ചുനിന്നപ്പോൾ അച്ഛൻ വർക്കിയോട്
ചോദിച്ചു.

"പിന്നെ കുട്ടൻപിള്ളയ്ക്ക് എന്ത് പറ്റി . അവർ അയാളെ എന്ത്
ചെയ്തു ? "

ഞാൻ ആകാംഷയോടെ വർക്കിയുടെ മുഖത്തേയ്ക്ക്
നോക്കി നിന്നു .

" ഞാൻ എന്താ പറയുക, എനിക്കത് പറയാൻ കഴിയുന്നില്ല.
ഒന്നും വേണ്ടായിരുന്നെന്ന് തോന്നിപ്പോയി . പിന്നെ അയാളെ

ഞാൻ ഒരു പ്രാവിശ്യം കൂടി കണ്ടു .ഏതാണ്ട് ഒരു മൂന്ന് നാല്
ദിവസം കഴിഞ്ഞിട്ട് ,പക്ഷേ അത് ഞാൻ ഇനി മരണം വരെ
മറക്കില്ല . മറക്കാനൊക്കില്ല .സാറാമ്മ വന്നില്ല ,അവളെ
കൊണ്ട് വരരുതെന്ന് പറഞ്ഞിരുന്നു . ഹോ .. ആ കാഴ്ച ,
അയാളെന്നോട് ഒന്ന് കൊന്നുതരാൻ യാചിച്ചു . അയാളുടെ
പുറത്തൊക്കെ പുഴുക്കളായിരുന്നു . വെള്ളപ്പുഴുക്കൾ .
ജീവനോടെ ഒരാളെ പുഴുവരിക്കുന്നത് ഞാൻ ആദ്യമായിട്ടാ
കാണുന്നത് . അത് കണ്ട് ഞാൻ ഒരുപാട് ഛർദിച്ചു .
ഓർക്കുമ്പോൾ ഇപ്പോഴും പുറം പെരുക്കുവാ "

"ഹോ" ഞങ്ങൾ അറിയാതെ ശബ്ദമുണ്ടാക്കിപ്പോയി .

വർക്കി തുടർന്നു .

"ആ മലയാളി എന്നെ ഓഫീസിലേയ്ക്ക് കൂട്ടികൊണ്ട് പോയി.
രാജൻ പോയെന്നും ,കുട്ടൻ പിള്ള കുറച്ച് ദിവസങ്ങൾ
കഴിയുമ്പോൾ മരിച്ചുപോകുമെന്നും അയാള് എന്നോട്
പറഞ്ഞു . ഒരു പാട് ദിവസമെടുക്കുമെങ്കിൽ കുട്ടൻപിള്ളയെ
അങ്ങ് കൊന്നുകളയാൻ ഞാൻ പറഞ്ഞുനോക്കി .
അയാളുടെ കിടപ്പ് കണ്ടാ ആർക്കും സഹിക്കാനൊക്കില്ല .
പക്ഷേ ആ മലയാളി സമ്മതിച്ചില്ല , പറ്റില്ല ,എല്ലാം
പറഞ്ഞപോലെയേ നടക്കൂ , ബുദ്ധിമുട്ടുണ്ടെങ്കിൽ ഇനി
കാണാൻ വരണ്ട ,എന്ന് പറഞ്ഞു ."

വർക്കി പറഞ്ഞു നിർത്തി .

ഞങ്ങൾ എല്ലാം കേട്ടുകൊണ്ട് വിറങ്ങലിച്ച് നിന്നു .

അൽപ്പസമയത്തിന് ശേഷം ഞാൻ വീണ്ടും ചോദിച്ചു .

"എന്നാലും അയാളെ എന്താ അവര് ചെയ്യ്തത്?"

വർക്കി വീണ്ടും പറഞ്ഞുതുടങ്ങി .

"ഞാനും ആ മലയാളിയോട് ചോദിച്ചു, അപ്പൊ അയാളൊരു
പേര് പറഞ്ഞു. സ്കാഫിസമെന്നോ മറ്റോ ആണ് . ആളെ
തേനും പാലും ഒഴിച്ച് ,കെട്ടിയിട്ട് , കഴിക്കാനൊക്കെ

കൊടുത്ത് കിടത്തും . എന്നിട്ട് കുറേ ദിവസം തേനിലും പാലിലും കുളിപ്പിക്കും. പിന്നെ പിന്നെ ഓരോ പ്രാണികള് വരാൻ തുടങ്ങും , പിന്നെ ഇതൊക്കെ മുട്ടയിട്ട് മുട്ടയിട്ട് പെരുകി, പുഴുക്കളാകും . ആളെ തിന്ന് തുടങ്ങും . അങ്ങനെ തിന്ന് തിന്ന് വേദനിച്ച് വേദനിച്ച് കുറേ ദിവസം കഴിയുമ്പോൾ ആള് മരിക്കും അത്ര തന്നെ . സാറാമ്മയുടെ ആവിശ്യമായിരുന്നു . അത് നടന്നു .വീട്ടിൽ വന്നപ്പൊ ഞാൻ അവളോട് കാര്യം പറഞ്ഞു .ഞാൻ വിചാരിച്ചു .പെട്ടന്ന് കൊന്നുകളയാൻ അവള് പറയുമെന്ന് , പക്ഷെ അവൾക്ക് സന്തോഷമായിരുന്നു ഒരുപാട്. "

വർക്കി ഒരു നെടുവീർപ്പോടെ പറഞ്ഞുനിർത്തി .

"എ)നിക്ക് ഒരു രണ്ട് കാര്യം കൂടി അറിഞ്ഞാൽ കൊള്ളാമായിരുന്നു. ചോദിച്ചോട്ടെ ?" ഞാൻ വർക്കിയോട് ചോദിച്ചു .

"ഉം, പിന്നെന്താ, നിന്നെ എനിക്ക് ഇഷ്ടമാ ... നീ ചോദിച്ചോ "

വർക്കി പറഞ്ഞു .

" അത്.... അവർക്ക് എങ്ങനെ മനസ്സിലായി അത് കുട്ടൻ പിള്ളയാണെന്ന് , പിന്നെ ഷീലയുടെ ശരീരം അവർക്കെന്തിനാ?" ഞാൻ ചോദിച്ചു .

വർക്കി പറഞ്ഞു തുടങ്ങി .

" അതാണോ, അത് ഞാനും ചോദിച്ചിരുന്നു. കുട്ടൻ പിള്ളയുടെ കാര്യം പറഞ്ഞത് രാജനാണ് , കുട്ടൻപിള്ളയെ അവര് അന്നേ കണ്ടിരുന്നു . രാജൻ കാട്ടികൊടുത്തപ്പോ അവര് ആളെ ഒന്നുകൂടി ഉറപ്പിച്ചു . പക്ഷെ ഷീലയെ എന്ത് ചെയ്തെന്ന് പറഞ്ഞില്ല .പറയാൻ കഴിയില്ലെന്ന് പറഞ്ഞു . പിന്നെ ഒരാൾക്ക് ജോലി , അത് ഞാൻ സച്ചിയുടെ പേരാ പറഞ്ഞത് . "

"എനിക്ക് ജോലിയോ, ഞാനോ?"

ഞാൻ വർക്കിയോട് അമ്പരപ്പോടെ ചോദിച്ചു .

"ഉം, അതെ, പത്ത് കഴിഞ്ഞവർക്ക് അവിടെ ജോലികിട്ടും, എനിക്ക് ഇവിടെ പരിചയമുള്ള പത്തിൽ പഠിക്കുന്ന ഒരേ ഒരാൾ സച്ചിയാ "

വർക്കി പറഞ്ഞു .

"ഞാൻ പത്ത് കഴിഞ്ഞിട്ടില്ല " ഞാൻ പറഞ്ഞു

"അത് കുഴപ്പമില്ല, ഞാൻ പറഞ്ഞിട്ടുണ്ട്. നാളെ ആ മലയാളിയെ കാണാൻ നിങ്ങളും കൂടി വരണം, അയാൾ പറഞ്ഞാരുന്നു പരിചയപ്പെടുത്തി കൊടുക്കാൻ , പാസ്സായിക്കഴിഞ്ഞാൽ സച്ചിയ്ക്ക് ഒരു ജോലിയാകും . കുടുംബത്തിന് ഒരു സഹായവും "

അയാൾ എന്റെ തോളത്ത് കൈയിട്ടുകൊണ്ട് പറഞ്ഞു .

ഞാൻ അച്ഛനെ നോക്കി , ആ മുഖത്ത് സന്തോഷം നിറയുന്നത് ഞാൻ കണ്ടു .

എന്നാൽ എന്റെ മനസ്സിൽ അവളുടെ ശരീരത്തിന് എന്ത് പറ്റിയെന്നറിയാനുള്ള വിങ്ങലായിരുന്നു . ആകാംഷയായിരുന്നു .

വർക്കിയും കുടുംബവും പോയി , പോകുന്ന മുമ്പ് അയാൾ
പറഞ്ഞത് പോലെ കമ്പിവേലിക്ക് അപ്പുറമുള്ള ഓഫീസിലെ
മലയാളിയെ എന്നെ കൊണ്ടുപോയി പരിചയപ്പെടുത്തി .
അച്ഛനേയും വർക്കിയേയും പുറത്ത് നിർത്തി എന്നോട്
ഒരുപാട് കാര്യങ്ങൾ ആ മലയാളി ചോദിച്ചു. പേര് , പഠിപ്പ് ,
വായിക്കുമോ ,അവസാനം വായിച്ച പുസ്തകം,പേടിയുണ്ടോ ,
ഉറക്കം ,ആഹാരം ,വയസ്സ് , സയൻസ് ഇഷ്ടമാണോ ?
അങ്ങനെ അങ്ങനെ ഒരു പാട് . പിന്നെ അവസാനം പരീക്ഷ
കഴിഞ്ഞിട്ട് സർട്ടിഫിക്കറ്റുമായി വരാൻ പറഞ്ഞു . അതിന്
മുന്നേ അവർ എന്റെ ഫോട്ടോയും എടുത്തു . അന്ന് വീട്ടിൽ
എല്ലാവർക്കും സന്തോഷമായിരുന്നു. വർക്കിയും ഭാര്യയും
അന്ന് വീട്ടിൽനിന്നും അത്താഴം കഴിച്ചു . പിറ്റേന്ന് രാവിലെ
വർക്കിയും ഭാര്യയും ഭാര്യയുടെ വീട്ടിലേയ്ക്ക് യാത്രയായി .

കുറച്ചു ദിവസങ്ങൾ കഴിഞ്ഞപ്പോൾ വർക്കിയുടെ വീട്ടിൽ
പുതിയ താമസക്കാരെത്തി . അച്ഛൻ ,അമ്മ ,മൂന്ന്
പെൺമക്കൾ പിന്നെ ഒരു പ്രായമായ അമ്മൂമ്മ . ഞങ്ങൾ
പോയി പരിചയപ്പെട്ടു . അവരുമായി നല്ല കൂട്ടിലുമായി .
പക്ഷേ ഞങ്ങളുടെ വീടിനോട് ചേർന്ന ആ ഒരേക്കറിൽ
ആരും താമസത്തിന് വന്നില്ല .അച്ഛന് ആ വീടും വസ്തുവും
കാണുമ്പോൾ ഇപ്പോഴും വിഷമം വരും . പക്ഷേ വർക്കിയോട്
ഒരു ദേഷ്യവും അച്ഛനുണ്ടായിരുന്നില്ല . ഒരു നല്ല ജോലി
എനിക്ക് വാങ്ങി തന്നതിൽ ഭയങ്കര സന്തോഷമായിരുന്നു .

ഞാൻ പഠിക്കാൻ പോയിത്തുടങ്ങി . പുതിയ മുഖങ്ങൾ
പുതിയ രീതി , പൊട്ടി പൊളിഞ്ഞ ഒരു പള്ളിക്കുടം . കുട്ടികൾ
കുറവായിരുന്നു . എല്ലാ ക്ലാസ്സുകളിലും കുറവ് . എങ്കിലും
എനിക്ക് അവിടം ഇഷ്ടമായി . എല്ലാവരും നല്ല
ഹൃദയമുള്ളവർ . മനസ്സ് തുറന്ന് ചിരിക്കാൻ കഴിയുന്നവർ .
ഞാൻ എല്ലാവരുമായും പെട്ടന്ന് അടുത്തു . ആ സ്കൂളിലെ
ഏറ്റവും വലിയ പഠിപ്പിസ്റ്റായിമാറി .ഇഷ്ടം പോലെ
പുരയിടവും ഓടിട്ട നല്ല വീടുമുള്ള പണക്കാരനായ കുട്ടിയായി
മാറി . രാവിലെ കുന്നുകയറി കുന്നിറങ്ങി ,ഞാനും
അംബികയും ഗോപിയും സ്കൂളിൽ പോകും . പണത്തിന്,

പുരയിടത്തിന് ,വീടിന് ,ബഹുമാനം കൊണ്ടുവരാനാകുമെന്ന്
അന്ന് ഞങ്ങൾക്ക് മനസ്സിലായി .

ദിവസങ്ങൾ ഓടിക്കൊണ്ടിരുന്നു . ആഴ്ച തോറും ഞാൻ
ലീലയ്ക്ക് കത്തുകളെഴുതും . പക്ഷെ അവളുടെ ഒരു കത്ത്
പോലും എനിക്ക് വന്നില്ല .എന്താണ് കാരണം അറിയില്ല .
ഞാൻ വിലാസം നൽകിയിരുന്നു . ഓരോ പ്രാവിശ്യം
കത്തെഴുതുമ്പോൾ വിലാസം അതിൽ എഴുതിയും
വെയ്ക്കും . പക്ഷെ അവൾ ഒരു മറുപടിയും എഴുതിയില്ല .
ചിലപ്പോൾ വീട്ടിൽ അറിയുമെന്ന് കരുതിയാകും എനിക്ക്
കത്തെഴുതാത്തത് ; അങ്ങനെ ഓർത്ത് ഞാൻ
സമാധാനിച്ചു .ഓരോ കത്തിലും ഓരോ പൊട്ടും പൊടിയും
വള്ളി പുള്ളി വിടാതെ ഞാൻ എഴുതിയിരുന്നു . വീട്ടിലെ
ഓരോ ആൾക്കാരേക്കുറിച്ച് ,പഠിപ്പിനെ കുറിച്ച് , പുതിയ
കൂട്ടുകാരെ കുറിച്ച് , മീശയ്ക്ക് കട്ടി കൂടിയത് അങ്ങനെ
അങ്ങനെ അത് നീണ്ടുപോയി . അവളെ ഒന്നുകാണാൻ
കണ്ണുകൾ ദാഹിക്കുന്നുണ്ടായിരുന്നു. അങ്ങനെ ഒടുവിൽ
വലിയ പരീക്ഷ കഴിഞ്ഞു . എനിക്ക് വയസ്സ് പതിനാറും
കഴിഞ്ഞു .

ഇതിനിടയിൽ അച്ഛന്റെ മോഹസ്ഥലത്തും
താമസക്കാരെത്തി ,ഒരു അമ്മൂമ്മയും മകളും ,അമ്മ
അവരേയും പരിചയപ്പെട്ടു . അംബിക മിക്കപ്പോഴും
അവരുടെ വീട്ടിലാണ് . അമ്മയ്ക്ക് ഇഷ്ടക്കേടൊന്നും
ഇല്ലായിരുന്നു .വേറൊന്നുമല്ല അവിടെ ആണുങ്ങളൊന്നും
ഇല്ലാലോ . എല്ലാം പെണ്ണുങ്ങളായതിനാൽ ഞാനീ രണ്ട്
വീടുകളിലും പോയിരുന്നില്ല . അവർ വീട്ടിൽ വരുമ്പോൾ
മാത്രമാണ് ഞാൻ കണ്ടിരുന്നത് . എല്ലാവരും സുന്ദരികൾ ,
ഞാൻ മാത്രമേ ആ ഭാഗത്ത് ഇത്തിരി മുതിർന്ന
ആണായിട്ടുണ്ടായിരുന്നുള്ളു . എന്തോ എല്ലാവർക്കും
എന്നോട് അടുപ്പമുണ്ടായിരുന്നു . എന്തോ എന്നോട്
സ്നേഹമുണ്ടായിരുന്നു . പക്ഷെ എന്റെ മനസ്സിൽ ലീലയുടെ
മുഖമായിരുന്നു .അവളുടെ ചിരിയായിരുന്നു .അവളുടെ
പാറിപ്പറന്ന മുടിയായിരുന്നു .

എനിക്ക് ഇനിയും അവളെ കാണാതെ
പിടിച്ചുനിൽക്കാനാകുമായിരുന്നില്ല . പക്ഷേ ആ പഴയ
സ്ഥലത്തേയ്ക്ക് പോകാൻ മനസ്സ് സമ്മതിച്ചില്ല . അവിടെ ആ
സ്ഥലത്ത് ഞാൻ ഒന്നുമല്ല .

അവിടെ പോയാൽ പല കാര്യങ്ങളും നാട്ടുകാർ
അറിയുമെന്നും ,അങ്ങനെ ആ കഥകൾ തങ്ങൾ
ഉപേക്ഷിച്ചുവന്നവരുടെ ചെവിയിലുമെത്തുമെന്നും അച്ഛൻ
ഭയന്നിരുന്നു . ആ ഭയം ശരിയാണ് ,അവരറിഞ്ഞാൽ പിന്നെ
ജീവിക്കാൻ സമ്മതിക്കില്ല . ചില ബന്ധങ്ങൾ ബാധ്യതയാണ്.
എങ്കിലും അവളെ,ലീലയെ ഒന്ന് കാണാൻ നെഞ്ച്
പിടച്ചുകൊണ്ടിരുന്നു.

അങ്ങനെയിരിക്കെ ഒരാവശ്യം വന്നു .അമ്മയുടെ കുറച്ച്
സ്ഥലം ബാക്കിയുണ്ടായിരുന്നു . അത് കച്ചവടമാക്കിയിരുന്നു.
അതിന്റെ കാശു വാങ്ങാൻ അച്ഛന് പോകണം ,ഒറ്റയ്ക്ക്
വിടാൻ അമ്മയ്ക്ക് മടി . ഒടുവിൽ ആ ദിവസം വന്നെത്തി .
അവളെ കാണാൻ ഒരു അവസരം വന്നിരിക്കുന്നു . ഞാൻ
അച്ഛനോടൊപ്പം പുറപ്പെട്ടു . അവിടേക്ക് എത്തും തോറും
എന്റെ ഹൃദയത്തിന്റെ താളം കൂടിവന്നു . സ്ഥലമെത്തി ,
അച്ഛൻ കാശു വാങ്ങി.

പുറപ്പെടാൻ നേരം ഞാൻ അച്ഛനോട് പറഞ്ഞു .

"എന്റെ ഒരു കൂട്ടുകാരനുണ്ട് അവന്റെ വീട്ടിലൊന്ന്
പോകണം"

അച്ഛൻ സമ്മതിച്ചു .അച്ഛനും ആരെയോ കാണാനുണ്ട് . ഒരു
മണിക്കൂറിനുള്ളിൽ തിരികെ വരണമെന്നും പറഞ്ഞിട്ട്
അച്ഛൻ പോയി . എനിക്ക് എന്തൊക്കയോ കിട്ടിയ പോലെ
തോന്നി ,കളഞ്ഞുപോയ എന്തോ . ഞാൻ ഓടുകയായിരുന്നു.
ഞങ്ങളിരുന്ന ,കൊഞ്ചിയ ഇടങ്ങളിലൂടെ ,അവൾ കാട്ടിത്തന്ന
മാവിൻ ചുവട്ടിലൂടെ ,ആ ഒറ്റമരകുന്നിന്റെ അടിയിലൂടെ
ഞാൻ ഓടി ,നടന്നു ,നിന്നു . എനിക്ക് സന്തോഷം സഹിക്കാൻ
കഴിയുന്നതിലും അപ്പുറമായിരുന്നു .

ഒടുവിൽ ആ വീടിന് മുന്നിലെത്തി . ഞാനാ മുറ്റത്തേക്ക്
കയറി ,എന്റെ കാലുകൾ വിറയ്ക്കുന്നുണ്ടായിരുന്നു .
ശ്വാസത്തിന്റെ വേഗത കൂടി കൂടി വന്നു . കണ്ണുകളിൽ
പ്രകാശാമേറുന്ന പോലെ തോന്നി . കാഴ്ചമറയുന്നപോലെ ,
ഞാൻ ഇടറിയ ശബ്ദത്തോടെ പറഞ്ഞു.

" ഇവിടെ ആരുമില്ലേ?"

"ആരാ?" ഒരു ആണിന്റെ ശബ്ദം

ഞാൻ ഞെട്ടിപ്പോയി , ഇതാരാണ് . ആ ഒരു നിമിഷത്തിൽ
എന്റെ ചിന്തകൾ കാടുകയറി .

വീടിനുള്ളിൽ നിന്നും അമ്പത് വയസ്സ് പ്രായം തോന്നുന്ന
ഒരാൾ ഇറങ്ങി വന്നു . കൂടെ ഒരു ചെറിയ കൊച്ചും .

എന്റെ ഹൃദയം തകരുന്ന പോലെ തോന്നി .

അയാൾ വീണ്ടും ചോദിച്ചു .

"ആരാ, എന്താ വേണ്ടേ?"

"ഞാൻ സച്ചി, എന്റെ കൂടെ പഠിച്ച രഘുവിനെ നോക്കി
വന്നതാ, അവനില്ലേ?" ഞാൻ വിക്കി വിക്കി ചോദിച്ചു .

"രഘുവോ? ഓ ചിലപ്പോ മുന്നേ താമസിച്ചവരാവും ,
അറിയത്തില്ല ,ഞങ്ങള് ഈ വീടും പുരയിടവും ഒരു
സ്ത്രീയുടെ കൈയ്യിൽ നിന്നും വാങ്ങിയതാ , അവര് എവിടോ
പോയി ,എവിടാന്ന് അറിയില്ല .അവർക്ക് ഒരു
മോനുണ്ടായിരുന്നതായി പറഞ്ഞു കേട്ടിട്ടുണ്ട് . എന്തായാലും
ഞങ്ങൾക്കറിയില്ല ."

എനിക്ക് ഒരു സമാധാനം തോന്നി .

"ശരി, എന്നാ ഞാൻ പോകുവാ " ഞാൻ പറഞ്ഞു, പിന്നെയും
അയാൾ എന്തോ പറഞ്ഞു. ഞാനത് കേൾക്കാൻ നിന്നില്ല .
പിന്നെ ഞാൻ പോയത് ചാരുവിന്റെ വീട്ടിലേക്കാണ് .ഞാൻ
ചെല്ലുമ്പോൾ ചാരുവിന്റെ അമ്മ മുറ്റത്ത് നിൽപ്പുണ്ട് .

കൈയ്യിൽ ഒരു കുഞ്ഞുണ്ട് .അവർ എന്നെ കണ്ടപ്പോൾ ഒന്ന് സംശയിച്ച് നോക്കി .പെട്ടന്ന് ആ കണ്ണുകൾ വിടർന്നു .പിന്നെ ചോദിച്ചു "സച്ചിയല്ലേ ,സച്ചി ?"

"അതെ ..." ഞാൻ പറഞ്ഞു. എനിക്കും സന്തോഷമായി .

"വാ, കയറിവാ ... ഞാൻ കുടിക്കാനെടുക്കാം?" അവർ പറഞ്ഞു .

"അയ്യോ വേണ്ട, ഞാനൊരു കാര്യമറിയാനാ വന്നെ?" ഞാൻ പറഞ്ഞു .

" ഉവ്വ്, മനസ്സിലായി, ലീലയേക്കുറിച്ചല്ലേ?" അവർ ചെറുചിരിയോടെ ചോദിച്ചു .

ഞാൻ ചിരിച്ചുകൊണ്ട് ചെറുതായി മൂളി .

"മീശയൊക്കെ വന്നല്ലോ? ആളാകെ മാറി ,വലിയ കുട്ടിയായി, ഇപ്പൊ എന്തെടുക്കുവാ ?" അവർ ചോദിച്ചു .

ഇത് കേട്ട് എനിക്ക് നാണം വന്നു .

"ഇപ്പൊ പത്ത് കഴിഞ്ഞുനിൽക്കുന്നു. ജോലി കിട്ടി .റിസൾട്ട് അറിഞ്ഞിട്ട് പോയിത്തുടങ്ങണം . " ഞാൻ പറഞ്ഞു .

"ആണോ ... നന്നായി " അവർ പറഞ്ഞു .

" ലീല?"

ഞാൻ വീണ്ടും ചോദിച്ചു .

"ആ, ലീല പോയി, ആറേഴ് മാസമായി, ആ വീട് വിറ്റിട്ട് പിന്നെ കുറേ നാള് എന്റെ കൂടെ ആയിരുന്നു താമസം. ഇപ്പൊ എവിടാണെന്ന് അറിയത്തില്ല . പിന്നെ പറയാമെന്ന് പറഞ്ഞു. അവളുടെ സ്വാഭാവമറിയാല്ലോ ? അതുകൊണ്ട് ഞാൻ കൂടുതലൊന്നും ചോദിച്ചില്ല .എന്തായാലും അവള് വരും " അവർ നെടുവീർപ്പിട്ടുകൊണ്ട് പറഞ്ഞു .

"എവിടാന്ന് അറിയില്ലേ? ഞാൻ ഒരുപാട് കത്തയച്ചിരുന്നു .
കിട്ടി കാണില്ല "

ഞാൻ ചോദിച്ചു .

"എല്ലാ കത്തും കിട്ടി, പോകുന്നവരെയുള്ള കത്തുകൾ അവള്
കൊണ്ടുപോയി. പിന്നെ വരുന്നത് സൂക്ഷിച്ചു വെക്കാൻ
പറഞ്ഞു . അതിവിടെ ഇരിപ്പുണ്ട് . ഞാൻ പൊട്ടിച്ചിട്ടില്ല .
വാങ്ങി വയ്ക്കും ."

അവർ പറഞ്ഞു .

"ഞാൻ എല്ലാ കത്തിലും വിലാസം വച്ചിട്ടും ലീല ഒന്നിന്
പോലും മറുപടി എഴുതിയില്ല "

ഞാൻ ഇത്തിരി വിഷമം കലർന്ന സ്വരത്തിൽ പറഞ്ഞു .

"ഓ ... അത് കാര്യമാക്കണ്ട, അവളുടെ കാര്യമല്ലേ, നല്ല
ധൈര്യമുള്ള പെണ്ണാ, എന്തെങ്കിലും കാര്യമുണ്ടാകും.
അവൾക്ക് നിന്നോട് ഭയങ്കര പ്രേമമാ ചെറുക്കാ ,
അവളിങ്ങുവരും ,നീ പിടയ്ക്കാതെ "

അവർ പറഞ്ഞു .

"ഉം ..."

ഞാൻ സന്തോഷത്തോടെ ചിരിച്ചു .

പിന്നെ അവരോട് ചോദിച്ചു .

"ഇതാരുടെ കുട്ടിയാ?"

അവരുടെ മുഖം വാടി ,ദേഷ്യത്താൽ കണ്ണുകൾ ചുവന്നു .

"ഇതോ, എന്താ ഞാൻ പറയുക?"അവർ പറഞ്ഞുനിർത്തി.

" ചാരുവിന്റെ? "

ഞാൻ അമ്പരപ്പോടെ ചോദിച്ചു .

"ഉം, രഘുവിനെ അറിയില്ലേ, ലീലയുടെ വളർത്ത് പുത്രൻ, അവന്റെ വകയാ. എന്റെ പുന്നാരമോൾക്ക് പ്രേമം .ദാ ഇപ്പൊ ഒരു കൊച്ചുമായി . പ്രേമമൊക്കെ നല്ലതാ ,പക്ഷേ ആളറിഞ്ഞുവേണം പ്രേമിക്കാൻ . "

അവർ ദേഷ്യത്തോടെ പറഞ്ഞു .

"ചാരു? " ഞാൻ ചോദിച്ചു.

"ആ... ഈ കൊച്ചിനെ നോക്കണ്ടേ, അവള് തയ്യലിന് പോയി. വരുമ്പോ വൈകിട്ടാകും .കഷ്ടമായിപ്പോയി അവളുടെ ജീവിതം ,എന്ത് ചെയ്യാനാ ഒരു സമയത്ത് പെമ്പുള്ളാര് ഇങ്ങനാ , പറഞ്ഞാലും കേൾക്കില്ല .അവസാനം ജീവിതം കൈവിട്ട് പോകുമ്പോ കരഞ്ഞോണ്ട് നിൽക്കും " അവരൊരു നീണ്ട ശ്വാസമെടുത്തു .

"അപ്പൊ രഘു? " ഞാൻ ചോദിച്ചു.

"അറിയില്ല, എങ്ങോട്ട് പോയെന്ന് ഒരാൾക്കും അറിയില്ല. പെണ്ണ് ഗർഭിണിയാണെന്ന് അറിഞ്ഞ അന്ന് പോയതാ , പിന്നെ ഒരു വിവരവുമില്ല . ആരേലും തല്ലികൊന്ന് കാണും . അത്ര നല്ല സ്വഭാവമായിരുന്നു . ഒരിക്കൽ ലീലയെ കയറിപ്പിടിച്ചു .അന്ന് അവളവനെ അടിച്ച് ശരിയാക്കി .പിന്നെ അവര് തമ്മിൽ മിണ്ടക്കമൊന്നുമില്ലായിരുന്നു . പിന്നാ ഇവിടുത്തവള് ഇതും ഒപ്പിച്ചോണ്ട് വന്നത് . അതീ പിന്നെ അവനെ ആരും കണ്ടിട്ടില്ല .അല്ല കണ്ടിട്ടെന്തിനാ, ഇങ്ങോട്ട് വന്നാ അവനെ ഞാനെങ്ങനെ ഇവിടെകയറ്റി താമസിപ്പിക്കും. ഞാനും പെണ്ണല്ലേ , ഈ വളർന്നുവരുന്ന കൊച്ചും പെണ്ണല്ലേ ? അവനിനി ഇവിടെ വേണ്ട ,കൊറേ കഴിയുമ്പോ ഏതേലും നല്ല ഒരുത്തന് ഞാനെന്റെ കൊച്ചിനെ കെട്ടിച്ചു കൊടുക്കും . പിന്നെ ഇതിനെ ; അത് ഞാൻ നോക്കും . ഇവള് അമ്മാന്ന് വിളിക്കുന്നെ എന്നയാ അറിയാമോ . "

അവരാ കുഞ്ഞിനെ മാറത്തോട് ചേർത്ത് പിടിച്ചു .

ആ കാഴ്ച എന്റെ മനസ്സ് നിറച്ചു .

കുറച്ചുനേരം കൂടി സംസാരിച്ച് ഞാനിറങ്ങി . ഇടയ്ക്ക്
തിരികെ നോക്കുമ്പോൾ ദൂരെ അവർ കൈയാട്ടി
കാണിക്കുന്നത് കാണാമായിരുന്നു . നടക്കുമ്പോൾ
ഞാനോർത്തു , കാലം ഓരോത്തർക്കും എന്തൊക്കെയാണ്
കരുതിവെച്ചിരിക്കുന്നത് . എനിക്കെന്താവും
കരുതിവെച്ചിട്ടുള്ളത് . ആർക്കറിയാം . ഞാൻ ചെല്ലുമ്പോൾ
അച്ഛൻ റോഡുവക്കിൽ നിൽപ്പുണ്ട് . അല്പസമയം
കാത്തുനിന്നപ്പോൾ ബസ്സ് വന്നു . ഞാൻ വണ്ടിയിൽ കയറി
പുറകിലെ ചില്ല് ജാലകത്തിലൂടെ പുറത്തേയ്ക്ക്
നോക്കി.എന്റെ പഴമ ആ വഴിയിലൂടെ അകന്ന് പോകുന്നത്
ഞാൻ കണ്ടു . ചിലപ്പോൾ ഇനി ഒരിക്കലും ഞാൻ ഇങ്ങോട്ട്
വരില്ലായിരിക്കാം .ഒരിക്കലും .

8. വേലി

റിസൾട്ട് വന്നു ,ഞാൻ തോറ്റില്ല . എല്ലാവർക്കും വലിയ
സന്തോഷം .കുറേ ദിവസങ്ങൾ പിന്നെയും മുന്നോട്ട് പോയി .
മാർക്ക് ലിസ്റ്റ് കിട്ടി . നല്ലൊരു ദിവസം നോക്കി ഞാനും
അച്ഛനും അമ്മയും ആ വേലിക്കപ്പുറമുള്ള കെട്ടിടത്തിലേക്ക്
ചെന്നു . വേലി കടക്കാൻ ആദ്യം വലിയ പാടായിരുന്നു.
അവിടെ ഒരു വലിയ ഗേറ്റുണ്ട്.പാറാവുകാരും.അവർ പലതും
തിരിച്ചും മറിച്ചും ചോദിച്ചു. ജോലിക്ക് വന്നതാണെന്ന്
പറഞ്ഞിട്ട് അവർക്ക് വിശ്വാസം പോര. ആരും മലയാളികളല്ല,
ഒടുവിൽ അതിലൊരാൾ അകത്ത് പോയി കാര്യം പറഞ്ഞു .
അങ്ങനെ ഞങ്ങളെ അകത്ത് കയറ്റി . നേരെ
കൊണ്ടുപോയത് ആ പഴയ ഓഫിസിലായിരുന്നു .
കുറച്ചുകഴിഞ്ഞിട്ടുണ്ടാകണം ആ പഴയ മലയാളി വന്നു .
എന്നെ കണ്ടതും അയാൾ തിരിച്ചറിഞ്ഞു .

" സച്ചിയല്ലേ ? ഇതൊക്കെ ആരാ ?" അയാൾ ചോദിച്ചു .

"അച്ഛനും അമ്മയും " ഞാൻ പറഞ്ഞു. അയാൾ അവരുടെ
നേരെ കൈ കൂപ്പി .

" ഞാൻ ആനന്ത്, ഇവിടുത്തെ കാര്യങ്ങളൊക്കെ
നോക്കുന്നത് ഞാനാണ്. കാര്യങ്ങളൊക്കെ പതിയെ പതിയെ
മനസ്സിലാകും . യൂണിഫോം ഉണ്ടാകും . ഇവിടെ
താമസിക്കണം . അതാണ് നിയമം .പക്ഷേ നിങ്ങളുടെ വീട്
തൊട്ടടുത്തല്ലേ ? ഞാൻ നോക്കട്ടെ എന്തെങ്കിലും ചെയ്യാൻ
പറ്റുമോന്ന് . ഇവിടെ എല്ലാം കൃത്യസമയം പാലിക്കണം .
പുറത്ത് സച്ചിയുടെ കാർഡ് കിട്ടും അതുവാങ്ങി ഇപ്പൊ
പോയ്ക്കോളൂ .നാളെ കൃത്യം പത്ത് മണിക്ക് ഇവിടെ
ഉണ്ടാവണം .പുറത്ത് നിന്നുള്ളവർക്ക് ഇവിടെ പ്രവേശനമില്ല
അതുകൊണ്ട് നാളെ മുതൽ ഒറ്റയ്ക്ക് വരണം ."

ആനന്ത് പറഞ്ഞുനിർത്തി .

"ശരി സാർ " ഞാൻ പറഞ്ഞു.

എനിക്ക് കൈ തന്ന ശേഷം അയാൾ അകത്തേക്ക് പോയി.

ഞങ്ങൾ പുറത്തയ്ക്ക് ഇറങ്ങാൻ തുടങ്ങുമ്പോൾ ഒരാൾ വന്നു . ഞങ്ങളെ മുന്നേ തടഞ്ഞുനിർത്തിയ ആളായിരുന്നു അത് .

" ഇത് ഉങ്കളുക്ക് " അയാൾ പറഞ്ഞു .

ഒരു കാർഡ് . ഞാനത് വാങ്ങി . അതിൽ എന്റെ ഫോട്ടോയും പേരും ഒരു നമ്പറും പിന്നെ ' ബി.ഫ് -05 'എന്ന് കട്ടിക്കും എഴുതിയിട്ടുണ്ടായിരുന്നു.

" നാൻ കറുപ്പ് സ്വാമി. നാളേക്ക് പാക്കലാം " അങ്ങനെ പറഞ്ഞുകൊണ്ട് അയാൾ എനിക്ക് കൈയ്യും തന്ന് പോയി . മുമ്പ് കണ്ട ദേഷ്യക്കാരനായിരുന്നില്ല അയാളപ്പോൾ .

ഞങ്ങൾ തിരികെ വീട്ടിലെത്തി . എല്ലാവർക്കും സന്തോഷമായിരുന്നു .

ആ ദിവസം കഴിഞ്ഞു . എനിക്ക് ഭയമുണ്ടായിരുന്നു . എന്തായിരിക്കും എന്റെ ജോലി . രാത്രിയിൽ ഞാൻ ഉറങ്ങാതെ തിരിഞ്ഞും മറിഞ്ഞും കിടന്നു . എന്റെ തലയിൽ ആരോ തടവി ,ഞാൻ കണ്ണ് തുറന്ന് നോക്കി ,അമ്മ .അടുത്ത് അച്ഛനുമുണ്ട് .

" എന്താ ഉറങ്ങാത്തത്.? " അമ്മ ചോദിച്ചു .

ഞാൻ അമ്മയുടെ മടിയിലേക്ക് തല കയറ്റിവെച്ചു . അച്ഛൻ എന്നെ നോക്കി ചിരിച്ചുകൊണ്ടിരിക്കുന്നു .

" എന്താ ഉറങ്ങാത്തത്, പേടിയുണ്ടോ?" അമ്മ വീണ്ടും ചോദിച്ചു .

"ഇല്ല, എന്നാലും എന്തോ ഒരു ... പേടിയല്ല " ഞാൻ പറഞ്ഞു.

"ഒന്നുമില്ല, നാളത്തെ കാര്യം നാളെ. നീ ഇപ്പൊ വലിയ ചെറുക്കനല്ലേ ? പിന്നെ എന്തിനാ പേടിക്കുന്നെ .ഉറങ്ങിക്കോ ഞങ്ങൾ ഇവിടുണ്ട് " അച്ഛൻ പറഞ്ഞു .

ഞാൻ ചിരിച്ചു . അമ്മയും അച്ഛനും ചിരിച്ചു .

അന്ന് എന്റെ രണ്ട് വശത്തായി അവർ കിടന്നു . എന്നെ
കെട്ടിപ്പിടിച്ച് . എപ്പോഴോ ഞാൻ ഉറങ്ങിപ്പോയി . എപ്പോഴോ ...

പിറ്റേന്ന് രാവിലെ അമ്മ കെട്ടിത്തന്ന പൊതിച്ചോറുമായി
അച്ചനോടൊപ്പം ഞാൻ ജോലിക്കായി ഇറങ്ങി .വസ്തുവിന്റെ
അതിർത്തിവരെ അച്ചനും വന്നു . പിന്നെ ഞാൻ തനിച്ച് . ആ
വലിയ ഗേറ്റിന് മുന്നിലെത്തിയ എന്നെ കറുപ്പ് സ്വാമിയാണ്
അകത്തേക്ക് വിട്ടത് . നേരെ ഓഫീസിന് ഒരു വശത്തുള്ള
കെട്ടിടത്തിലേക്ക് പോകാൻ പറഞ്ഞു .അവിടെ കുറേ
അലമാരകൾ ഉണ്ടായിരുന്നു . അതിനോട് ചേർന്ന് വലിയ
ഹാളിൽ ബഞ്ചും ഡെസ്ക്കുകളും ഉണ്ടായിരുന്നു .
അപ്പോഴാണ് എനിക്ക് കാര്യം മനസ്സിലായത് ,അവിടെ
ആഹാരം കഴിക്കുന്ന സ്ഥലമാണ് .എല്ലാം അവിടെ ഉണ്ട് .
ചായ ,ചോറ് , ബിരിയാണി അങ്ങനെ അങ്ങനെ എല്ലാം .
ആഹാര സമയം അവിടെ എഴുതി വെച്ചിരുന്നു . ഒരാൾ വന്ന്
എന്റെ കാർഡുനോക്കി ഒരു താക്കോൽ തന്നു . പിന്നെ
അലമാരി ചൂണ്ടികാട്ടി . ഞാൻ അലമാരിക്കൂട്ടത്തിനടുത്ത്
ചെന്നു .അവിടെ എന്റെ കാർഡിലെ നമ്പറുള്ള ഒരു അലമാര
കണ്ടു . തുറന്നപ്പോൾ ഒരാൾക്ക് വേണ്ട എല്ലാ സാധനങ്ങളും
ഉണ്ടായിരുന്നു . രണ്ട് ജോഡി ഷൂ , രണ്ട് ജോഡി വെള്ള
വസ്ത്രങ്ങൾ സോപ്പ് ,ചീപ്പ് , ടൂത്ത് പേസ്റ്റ് അങ്ങനെ അങ്ങനെ
അത് നീണ്ടു . ഡ്രസ്സ് ഇട്ട് , ഷൂ ഇട്ട് മൂന്നാമത്തെ ബ്ലോക്കിലെ
നാലാം നമ്പർ മുറിയിൽ ചെല്ലാൻ ഒരാൾ വന്ന് പറഞ്ഞു .
ഭാഗ്യം അതും തമിഴ് പറയുന്ന ആളായിരുന്നു . അൽപ്പം തമിഴ്
എനിക്ക് മനസ്സിലാകുമായിരുന്നു . അങ്ങനെ ഞാൻ നാലാം
നമ്പർ മുറിയിലെത്തി . അതൊരു ക്ലാസ് മുറി പോലെ
തോന്നിച്ചു . കറുത്ത ബോർഡ്, മേശ ,കസേര ,പിന്നെ
ഇതിനൊക്കെ മുന്നിലായി കുറേ കസേരകൾ . ആ മലയാളി ,
ആനന്ത് അവിടെ മേശയുടെ മുകളിൽ ഇരിക്കുന്നു . എന്നേ
കണ്ടതും അയാൾ ചിരിച്ചു . അകത്തേയ്ക്ക് വരാൻ
പറഞ്ഞു. ഒരു കുട്ടിയേപ്പോലെ ഞാൻ അകത്ത് കയറി.പിന്നെ
ഒഴിഞ്ഞ ഒരു സീറ്റിൽ ഇരുപ്പുറപ്പിച്ചു .എന്നെ കൂടാതെ മൂന്ന്
പേരുകൂടി അവിടെ ഇരിക്കുന്നുണ്ടായിരുന്നു .

അയാൾ പറയാൻ ആരംഭിച്ചു .

" നിങ്ങൾ നാല് പേരും മലയാളികളാണ് സച്ചിയൊഴിച്ച്
ബാക്കി മൂന്നുപേർക്കും ക്ലാസ്സ് കഴിഞ്ഞിട്ട് മുറികളിലേക്ക്
പോകാം. ഇന്ന് ക്ലാസ് മാത്രമേ ഉണ്ടാവൂ . നാളെ മുതൽ
ജോലി ആരംഭിക്കും . അപ്പൊ നമുക്ക് തുടങ്ങാം "

'ശരി സർ ' ഞങ്ങൾ ഒരുമിച്ച് പറഞ്ഞു.

അയാൾ പറഞ്ഞുതുടങ്ങി .

"ഇത് കേന്ദ്ര സർക്കാരിന് കീഴിൽ പ്രവർത്തിക്കുന്ന
സ്ഥാപനമാണ്. ഇവിടെ നടക്കുന്ന കാര്യങ്ങൾ ഒരു
കാരണവശാലും പുറത്ത് പോകാൻ പാടില്ല . സ്ഥാപനം
ഇരിക്കുന്ന ഇടത്തെ നാട്ടുകാർ ഇതിനേക്കുറിച്ച് ഒരു
കാരണവശാലും അറിയാനും പാടില്ല. സാധാരണയായി
അതാത് നാട്ടുകാരെ ജോലിക്കെടുക്കാറില്ല . സച്ചിക്ക്
മനസ്സിലായോ ,എവിടെ എല്ലാം രഹസ്യമായിരിക്കും ഒന്നും
പുറത്ത് പോകരുത് .   ' ബി.ഫ് ' എന്നാണ് നമ്മൾ ഇതിനെ
വിളിക്കുന്നത് . നിങ്ങളുടെ കാർഡുകളിൽ നോക്കിയാൽ
കാണും 'ബി.ഫ് -01 ' 'ബി.ഫ് -02 ' എന്നൊക്കെ .നമ്മൾ
ഇപ്പോൾ ഇരിക്കുന്ന ഈ സ്ഥാപനം 'ബി.ഫ് -05' ആണ് .
മൊത്തം എട്ടെണ്ണമാണ് ഉള്ളത് . അതും രാജ്യത്തിന്റെ പല
ഭാഗത്ത് .കേരളത്തിൽ ആകെ ഒന്നേ ഉള്ളു . അതാണ്
ബി.ഫ് -05 . മനസ്സിലാകുന്നുണ്ടോ ? "

ഞങ്ങൾ തലയാട്ടി .

"യെസ് ഓർ നോ ...എനിക്ക് കേൾക്കണം "

ആനന്ത് ശബ്ദമുയർത്തി .

"യെസ് സർ " ഞങ്ങൾ ശക്തിയോടെ പറഞ്ഞു.

"ഇനി എന്താണ് 'ബി.ഫ്' , ബോഡി ഫാം എന്ന വാക്കിന്
ചുരുക്കപ്പേരാണ് ' ബി.ഫ് ' , എന്നുവെച്ചാൽ മനുഷ്യ
ശരീരത്തെക്കുറിച്ചുള്ള പഠനങ്ങളാണ് ഇവിടെ നടക്കുന്നത് .
പലതരത്തിലുള്ള വിവരശേഖരണം ഇവിടെ നടക്കും ഇവിടെ
വെച്ച് പുരാവസ്തുഗവേഷകരും, ഷഡ്പദശാസ്ത്രജ്ഞരും,

ജീവശാസ്ത്രജ്ഞരും, നരവംശശാസ്ത്രജ്ഞരുമെല്ലാം അവർക്കാവശ്യമുള്ള വിവരങ്ങൾ ശേഖരിക്കും.വ്യത്യസ്ത സാഹചര്യങ്ങളിൽ വ്യത്യസ്തരീതിയിൽ മരണം സംഭവിച്ചവരുടെ മൃതദേഹത്തിന് സ്വാഭാവികമായുണ്ടാകുന്ന മാറ്റങ്ങൾ മനസ്സിലാക്കി അത് ഫോറൻസിക് സയൻസിനും , വൈദ്യശാസ്ത്ര മേഖലയും ഉൾപ്പടെ പല മേഖലകൾക്കും പ്രയോജനപ്പെടുത്തും . നമ്മൾ പലരീതിയിൽ മരണപ്പെട്ടവരുടെ ശരീരത്തെ ഇവിടെ കൊണ്ടുവരും , അജ്ഞാത ജഡങ്ങൾ ,ദാനം കിട്ടുന്ന ശരീരം ,ബന്ധുക്കൾ സമ്മതത്തോടെ തരുന്ന ശരീരം ,പിന്നെ വലിയ കുറ്റവാളികളുടെ ശരീരം അങ്ങനെ അങ്ങനെ ഒരുപാട് .. മനസ്സിലാകുന്നുണ്ടോ ? "

"യെസ് സർ " ഞങ്ങൾ ശക്തിയോടെ പറഞ്ഞു.

എന്റെ കാലുകൾ ചെറുതായി കൂട്ടിമുട്ടിതുടങ്ങിയോ എന്നെനിക്ക് തോന്നിത്തുടങ്ങിയിരുന്നു .പക്ഷേ ഒന്നും പുറത്ത് കാണിക്കാതെ ഞാൻ ബലംപിടിച്ചിരുന്നു .

ആനന്ത് തുടർന്നു .

"ഇവിടെ നിങ്ങൾക്ക് അഴുകിയതും പുഴുവരിച്ചതും രൂക്ഷഗന്ധമുള്ളതും ഉണങ്ങിയതും പലരീതിയിൽ ഭീകരമായ ഭയപ്പെടുത്തുന്ന ശരീരങ്ങൾ കാണാൻ കഴിയും അതിൽ ആണും പെണ്ണും കുട്ടികളും ഉണ്ടാകും. സ്വാഭാവിക സാഹചര്യങ്ങളിൽ ശവശരീരങ്ങൾ എങ്ങനെയാണ് നശിക്കുന്നതെന്ന് അറിയുന്നതിനായി മണ്ണിലും, മരത്തിലും വെള്ളത്തിലും മൃതദേഹങ്ങൾ കൊണ്ടിടും . അതുപോലെ ചെളിക്കെട്ടുകൾ,വാഹനങ്ങളുടെ ഡിക്കി, ഇങ്ങനെയുള്ള ഇടങ്ങളിൽ മൃതദേഹങ്ങൾ വയ്ക്കും. ചുരുക്കി പറഞ്ഞാൽ മരണശേഷം ഒരു ശരീരത്തിൽ നടക്കുന്ന എല്ലാം ഇവിടെ പഠിക്കും . അതൊക്കെ നിങ്ങൾ ഇവിടെ കാണും .ആദ്യം കുറച്ച് ബുദ്ധിമുട്ടുണ്ടാകും പിന്നെ ശീലമാകും . നമ്മളുടെ ഈ സ്ഥലം നൂറ്റിഅമ്പത് ഏക്കറാണ് . പുറമേ പല കെട്ടിടങ്ങളുണ്ട് ,അവ താമസിക്കാനുള്ള ഇടവും ആഹാരമുണ്ടാക്കുന്ന സ്ഥലം ,കുളിസ്ഥലം , ഓഫീസുകൾ

എന്നിവയാണ് . അതിന് ശേഷം കുറേ വിട്ടിട്ടാണ് ഞാൻ മുന്നേ പറഞ്ഞ സ്ഥലമുള്ളത് .അവിടെ തന്നെ വലിയ ലാബും മറ്റ് സൗകര്യങ്ങളുമുണ്ട് . അപ്പൊ കാര്യങ്ങൾ ഏറെക്കുറെ മനസ്സിലായിക്കാണുമെന്ന് വിചാരിക്കുന്നു . എന്താ സച്ചി പേടിയുണ്ടോ ,സച്ചിയാണ് ഇവിടെ വന്നിട്ടുള്ളവരിൽ ഏറ്റവും ചെറുപ്പം ,പുറകിലിരിക്കുന്ന ബാക്കി മൂന്ന് പേരും ഡോക്ടർമാരാണ് "

ഞാൻ ഒന്ന് ഞെട്ടി , പിന്നെ തിരിഞ്ഞുനോക്കി പുഞ്ചിരിച്ചു .

"സച്ചിക്കും ഇനി ഒരുപാട് പഠിക്കാം, അതും ഇവിടെ നിന്ന് തന്നെ. സർട്ടിഫിക്കറ്റൊക്കെ കിട്ടും ,വലിയ വലിയ ആൾക്കാരുടെ കൂടെ ജോലിചെയ്താൽ നല്ല എക്സ്പീരിയൻസും കിട്ടും . അപ്പൊ ശരി ,ഇന്ന് കൂടുതൽ പറയുന്നില്ല ,ബാക്കി നമുക്ക് പോകെ പോകെ പഠിക്കാം,സച്ചിക്ക് വേണമെങ്കിൽ വീട്ടിൽ പോകാം ,നാളെ പത്ത് മണിക്ക് വരണം . ഇവിടെ നിന്ന് പോകുമ്പോൾ ഡ്രസ്സ് മാറ്റി കുളിച്ച് വൃത്തിയായി വേണം പോകാൻ . "

ഞാൻ തല കുലുക്കി .

അയാൾ തുടർന്നു .

"ബാക്കിയെല്ലാരും അവരവരുടെ റൂമിലേക്ക് പോകണം .ഒരു മാസം ട്രെയിനിങ്ങാണ് .

"ശരി സർ " അവർ പറഞ്ഞു .

ഞാൻ പുറത്തിറങ്ങി . കുളിക്കാനായി പോകുമ്പോൾ ആനന്ത് സാർ മുന്നേ പോകുന്നു . ഞാൻ ഓടിച്ചെന്നു .

" സാർ , ? "

"ആ എന്താണ് സച്ചി ?" ആനന്ത് ചോദിച്ചു .

"അത് ,ഒരു കാര്യമറിയാനാ , സാറിന് വർക്കിയെ അറിയില്ലേ , ഷീലയുടെ അച്ഛൻ " ഞാൻ വിക്കി വിക്കി ചോദിച്ചു .

"ആ കാര്യം മനസ്സിലായി , വർക്കി പറഞ്ഞിട്ടാണ് സച്ചിക്ക് ഈ ജോലികിട്ടിയത് അല്ലേ ?" അയാൾ ചോദിച്ചു .

"ഉം .." ഞാൻ മൂളി

"സച്ചിക്ക് ഷീലയെക്കുറിച്ച് അറിയണമല്ലേ ? അതല്ലേ കാര്യം?"

ഞാൻ തലകുനിച്ചു.

"അത് കുഴപ്പമില്ല സച്ചി ,ഇനി ഇവടെ ജോലി ചെയ്യേണ്ട ആളല്ലേ . സച്ചി ... ഷീല പീഡനത്തിനൊടുവിൽ ശ്വാസം മുട്ടി മരിക്കുകയായിരുന്നു . ശേഷം ആ ശവശരീത്തെ വീണ്ടും ഒരാൾ പീഡനത്തിന് ഇരയാക്കി . ഇത് മനസ്സിലാക്കി ആ ശരീരം പഠനത്തിന് വിധേയമാക്കാനാണ് ഞങ്ങൾ വാങ്ങിയത് . അങ്ങനെ ഒരു ശരീരം നമുക്ക് മുമ്പ് ഇവിടെ കിട്ടിയിട്ടില്ല . അതിപ്പോൾ വിശദമായ പഠനത്തിന് ശേഷം അടുത്ത ഘട്ടപഠനത്തിന് ഇപ്പൊ ഉപയോഗിക്കുന്നു . കാണണമെങ്കിൽ നാളെ കാണാം . മതിയോ ? "

"മതി സാർ , ഞാൻ പറഞ്ഞു . "

അയാൾ നടന്ന് നീങ്ങി . ഞാൻ അയാളെ കുറച്ച് നേരം നോക്കി നിന്നു .

9. ആനന്ദം

ഉച്ചകഴിഞ്ഞപ്പോൾ ഞാൻ വീട്ടിലെത്തി . എല്ലാവർക്കും വിശേഷങ്ങളറിയാൻ തിടുക്കം . "നല്ല ജോലിയാ , അവിടെ നിന്ന് പഠിക്കാനും പറ്റും .കഴിക്കാനൊക്കെ അവിടുന്നാ , ഒന്നും കൊണ്ട് പോകണ്ട ." എന്നൊക്കെ ഞാൻ അവരെ പറഞ്ഞു ധരിപ്പിച്ചു . പക്ഷേ മറ്റുകാര്യങ്ങളൊക്കെ ഞാൻ മനപ്പൂർവ്വം പറയാതെ ഒഴിവാക്കി . അത് ശരിയല്ലെന്നും അവർക്ക് ബുദ്ധിമുട്ടാകുമെന്നും എനിക്ക് തോന്നി .

എല്ലാവർക്കും സന്തോഷം

"നമുക്ക് എല്ലാവർക്കും പ്രഥമൻ വെച്ച് കൊടുത്താലോ ?" അമ്മ പറഞ്ഞു .

"അത് ശരിയാ " അച്ഛനും സമ്മതം

"സാധനങ്ങള് വല്ലോം വാങ്ങണോ ?" അച്ഛൻ ചോദിച്ചു .

"എല്ലാം ഉണ്ട് , ഇന്ന് ഇനി ഒരു സദ്യ കൂടി വയ്ക്കാം ,പപ്പടോം പരിപ്പും ,രണ്ട് കൂട്ടം തോരനും പിന്നെ മാങ്ങാപുളിശ്ശേരിയും പ്രഥമനും അത് പോരെ ?" അമ്മ ചോദിച്ചു .

"പിന്നെന്താ " അച്ഛന് സന്തോഷം. എനിക്കും

"പക്ഷെ ,എല്ലാരും കൂടി സഹായിക്കണം ,അതുപോലെ നമുക്ക് അപ്പുറത്തെ വീട്ടുകാരെ കൂടി വിളിക്കാം " അമ്മ പറഞ്ഞു .

"പിന്നെന്താ ,ഒത്തുപിടിച്ചാൽ മലയും പോരും , പക്ഷേ അയൽക്കാരെ മൊത്തം വിളിച്ചാ ആള് കൂടും പരിപാടി നാശമാകും " അച്ഛൻ പറഞ്ഞു .

"ശരിയാ " ഞാനും കൂടെക്കൂടി .

" എല്ലാവരേം വിളിക്കുന്ന കാര്യമല്ല , അപ്പുറത്തെ ആ അമ്മൂമ്മേം പെണ്ണിനേം വിളിക്കാം രണ്ട് പേരല്ലേ ഉള്ളൂ . മറ്റേ വീട്ടിൽ പ്രഥമൻ കൊടുക്കാം .അതുപോരേ ?" അമ്മ ചോദിച്ചു.

" ആ അത് മതി, പ്രഥമൻ ഞാനേറ്റെടുത്തിരിക്കുന്നു." അച്ഛൻ ധീര പ്രഖ്യാപനം നടത്തി .

"ശരി അങ്ങനെ ആയിക്കോട്ടെ " അമ്മ ചിരിച്ചുകൊണ്ട് പറഞ്ഞു. ഞാനും ചിരിച്ചു .

നേരം ഉച്ചകഴിഞ്ഞിരുന്നു .

"വൈകിട്ട് പ്രഥമൻ ശരിയാവണം, ഇരുട്ടുന്ന മുന്നേ ആ വീട്ടിൽ കൊടുക്കണം. രാത്രി അവിടെ അവരെ നടക്കാൻ നിൽക്കണ്ട , നല്ല ഇരുട്ടാ " അമ്മ പറഞ്ഞു .

"അപ്പൊ ഇന്ന് രാത്രി സദ്യയാണ് " ഞാൻ സന്തോഷത്തോടെ പറഞ്ഞു.

എല്ലാവർക്കും സന്തോഷം .

വൈകിട്ടോടെ പ്രഥമൻ ശരിയായി ,അച്ഛൻ തന്റെ കഴിവ്മുഴുവൻ പുറത്ത് കാട്ടി .നല്ല ഒന്നാം തരം പ്രഥമൻ. അമ്മ ആദ്യം അച്ഛാച്ചന് വിളമ്പി വെച്ചു .ചാവിന് വെയ്ക്കുക എന്ന് പറയും, ആചാരമാണ് . പിന്നെ എന്താണ്ട് അഞ്ച് പേർക്കുള്ള പ്രഥമൻ അമ്മ പാത്രത്തിലാക്കി അംബികയുടേയും ഗോപിയുടേയും കൈയ്യിൽ കൊടുത്ത് വിട്ടു .

ആകാശം ചുവന്നിരുന്നു . തണുത്ത കാറ്റ് വീശിയിരുന്നു . മനസ്സിന് എന്തെന്നില്ലാത്ത ഒരു കുളിർമ്മ . അവളെ കുറിച്ചുള്ള ഓർമ്മകൾ വീണ്ടും തലയ്ക്ക് ചുറ്റും ചിത്രങ്ങളെന്നപോലെ കറങ്ങിക്കൊണ്ടിരുന്നു . അതിലെ ഓരോ നിമിഷങ്ങളും തൊട്ടുമുന്നിലെന്നപോലെ ഞാൻ കാണുകയായിരുന്നു .

"എന്താണ്?" അമ്മ

ഞാനൊന്ന് ഞെട്ടി.

"ഒന്നുമില്ല " ഞാൻ വിക്കി വിക്കി പറഞ്ഞു.

"ഒന്നുമില്ലേ? " അമ്മ വീണ്ടും ചോദിച്ചു .

"ഒന്നുമില്ല " ഞാൻ വീണ്ടും പറഞ്ഞു.

"ഉം ... മനസ്സിലാകുന്നുണ്ട് " ഒന്നിരുത്തി മൂളി ചിരിച്ചുകൊണ്ട്
അമ്മ വീട്ടിലേക്ക് കയറിപ്പോയി.

ഞാൻ വീണ്ടും കുറേ നേരം അങ്ങനെ നിന്നു . അച്ഛൻ
കുളിക്കാനായി തോട്ടിലേക്ക് പോയി , പുള്ളി ഇപ്പൊ വൈകിട്ട്
വൈകിട്ട് തോട്ടിലാണ് കുളി . എന്നെ വിളിച്ചു . ഞാൻ
പോയില്ല .

" സച്ചി ... ഡാ നീ അപ്പുറത്ത് പോയി അവരെ വിളിച്ചോണ്ടുവാ.
വേണ്ടാന്നൊക്കെ പറയും, അവരേം കൊണ്ടേ വരാവൂ "
അമ്മ അകത്ത് നിന്നും വിളിച്ച് പറഞ്ഞു .

ഈ അമ്മയ്ക്ക് എന്താ ,വല്ല കാര്യമുള്ളതാണോ . ഇവിടെ
നിന്ന് ഒന്ന് ഉറക്കെ വിളിച്ചാൽ അവര് കേൾക്കും .ഇനി ഞാൻ
പോയി വിളിക്കണം .

" ആ ... ഞാൻ പോകുവാ ..." ഞാൻ വിളിച്ച് പറഞ്ഞു.

"താങ്ങി തൂങ്ങി നിൽക്കാതെ പോയേച്ചു വാ, ഇരുട്ടി തുടങ്ങി"
അമ്മ പറഞ്ഞു.

താഴെനിന്നും അംബികയുടെ അലപ്പ് കേട്ടു . പായസം
കൊടുത്തിട്ടുള്ള വരവാണ് . ഗോപിയുമുണ്ട് .

ഞാൻ അടുത്ത വീട്ടിലേയ്ക്ക് നടന്ന് തുടങ്ങി .

"ഇവിടെ ആരുമില്ലേ?" വീട്ടുമുറ്റത്തെത്തിയ ഞാൻ
ശബ്ദമുയർത്തി ചോദിച്ചു .

"ആരാ ..." ഒരു അമ്മൂമ്മയുടെ ശബ്ദം കേട്ടു.

" ഞാൻ അപ്പുറത്തെയാ, നിങ്ങള് രണ്ട് പേരും അങ്ങട്ട് വരാൻ
അമ്മ പറഞ്ഞു . വിളിക്കാൻ വന്നതാ ഞാൻ "

ഞാൻ പറഞ്ഞു .

"മോളേ ആരാന്ന് നോക്ക് ?" അകത്ത് നിന്ന് വീണ്ടും അമ്മൂമ്മയുടെ ശബ്ദം .

അവൾ പുറത്തേയ്ക്ക് ഇറങ്ങി വന്നു .

ഞാൻ തല താഴ്ത്തി നിൽക്കുകയായിരുന്നു .ചെറിയ അനക്കം കേട്ട് ഞാൻ തല ഉയർത്തി . കൈകൾ കെട്ടി കട്ടളപ്പടിയിൽ ചാരി ,പാറിപറക്കുന്ന മുടിയിഴകളും ചെവികളിൽ ആടുന്ന ജിമിക്കിയും ചുണ്ടുകളിൽ മയക്കുന്ന ചിരിയുമായി അവൾ , ലീല

എന്റെ കാലുകൾ അനങ്ങിയില്ല ,ഭൂമിയിൽ ഉറച്ചുപോയപോലെ . വാക്കുകൾ പുറത്ത് വന്നില്ല .

"ആരാ എന്താ വേണ്ടേ ?" അവൾ ആ നിൽപ്പിൽ തന്നെ എന്നോട് ചോദിച്ചു .

ഞാൻ ഭൂമിയിലല്ലെന്ന് തോന്നി . സന്തോഷം , അടക്കാനാകാത്ത സന്തോഷം .

അവൾ അവിടെ തന്നെ നിന്ന് എന്റെ നേരേ ഇരുകൈകളും നീട്ടി . എനിക്ക് കാറ്റിനോളം വേഗമായിരുന്നു . ഞാനവളെ കെട്ടിപിടിച്ചു .അവളും എന്നെ ഇറുകെപ്പുണർന്നു .പിന്നെ എന്റെ മുഖത്തെല്ലാം തുരുതുരെ ഉമ്മവെച്ചു .

"നീ വളർന്നല്ലോ ചെക്കാ ,കെട്ടിപ്പിടിച്ചിട്ട് വേദനിക്കുന്നു ." അവൾ എന്റെ നെഞ്ചിൽ തല ചേർത്ത് പറഞ്ഞു .

" നീ ചെറുതായോ ... ഒരു കൊച്ചു പെണ്ണിനേപ്പോലെ ഉണ്ട് " ഞാൻ അവളെ ഒന്നുകൂടി ഇറുക്കി എന്റെ ശരീരത്തോട് ചേർത്തു .

"നീയോ ,നിന്നെക്കാൾ ഏഴ് വയസ്സിന് മൂത്തതാ ഞാൻ , അതിന്റെ ബഹുമാനം കാണിക്കടാ ചെറുക്കാ " അവൾ എന്റെ നെഞ്ചിൽ ചേർന്ന് കുറുകി .

"നാള് കൊറേ ആയില്ലേ വന്നിട്ട് ,ഒന്ന് വീട്ടില് വന്നൂടാരുന്നോ ? എത്ര നാളായി കണ്ടിട്ട് " . ഞാൻ അവളോട് ചോദിച്ചു .

അവൾ ചിരിച്ചു . പിന്നെ പറഞ്ഞു

"ഞാൻ എത്ര പ്രാവിശ്യം വന്നു . നീ മുഖത്ത് നോക്കില്ലല്ലോ ,
പിന്നെ ഞാനും വിചാരിച്ചു പഠിച്ച് പാസാവട്ടേന്ന് ,
ജോലിയായലല്ലേ എന്നേ നോക്കാനൊക്കൂ "

ഞാനും ഉറക്കെ ചിരിച്ചു .

"എനിക്ക് ജോലിയായി ,നല്ല ജോലി ,ഇന്ന് തൊട്ട്
പോയിത്തുടങ്ങി . അതിന്റെ ആഘോഷമാ വീട്ടിൽ ,നിങ്ങളെ
കൂട്ടിക്കൊണ്ട് പോകാനാ ഞാൻ വന്നത് ."

"ആണോ ...ഞാനിപ്പോ സമ്മാനമായി എന്താ തരുക ?"
അവൾ വട്ടം നോക്കി . പിന്നെ എന്റെ ചുണ്ടിൽ ശക്തിയായി
ചുംബിച്ചു . അകത്തുനിന്ന് ശബ്ദം കേൾക്കുന്ന വരെ
അവളെന്നെ വിട്ടില്ല .

"ആരാ മോളെ അത് ?"

പെട്ടന്ന് അവളെന്നെ തള്ളി മാറ്റി .

"ആ സച്ചിയാ ,അപ്പുറത്തെ ,നമ്മളെ അങ്ങോട്ട് വിളിക്കാൻ
വന്നതാ ,അവിടെ എന്തോ വിശേഷം " എന്നെ കള്ളനോട്ടം
നോക്കികൊണ്ട് അവൾ മറുപടി പറഞ്ഞു .

" ആരാ ഇത് ? " ഞാൻ ലീലയോട് ചോദിച്ചു .

"വകേലുള്ള ഒരു അമ്മൂമ്മയാ ഞാൻ ഈ വസ്തുവിന്റെ
കാര്യത്തിന് വർക്കി അച്ചായന്റെ ഭാര്യയുടെ വീട്ടിൽ പോയി .
അവിടെ വഴിക്ക് വെച്ചാ അമ്മൂമ്മയെ കണ്ടത് ,വീട്ടീന്ന് ഇറക്കി
വിട്ടതാ . ഞാനിങ്ങുകൊണ്ടുവന്നു .എനിക്കും ഒരു
കൂട്ടാകും.നല്ല പോലെ കൃഷിയൊക്കെ അറിയാം ,വെറും
പാവമാ " ലീല പറഞ്ഞു .

ഞങ്ങൾ മൂന്ന് പേരും എന്റെ വീട്ടിലേയ്ക്ക് നടന്നു. മുന്നേ
അമ്മൂമ്മയും പുറകെ ഞാനും ലീലയും. ഞങ്ങൾ കൈകൾ
കോർത്ത് പിടിച്ചിരുന്നു .

വീട്ട് മുറ്റത്തെത്തിയതും അവൾ കൈ പെട്ടന്ന് വിടുവിച്ചു .
അമ്മ പുറത്ത് തന്നെ നിൽപ്പുണ്ടായിരുന്നു . കണ്ട്
കാണുമോ? അമ്മയുടെ മുഖത്ത് ആ കള്ളച്ചിരിയുണ്ട് .
ഞാൻ ഒന്നുമറിയാത്ത പോലെ ഒരു ഭാഗത്തേയ്ക്ക് മാറി
നടന്നു . അപ്പൊ കിണറിന്റെ ഭാഗത്ത് നിന്ന് ഒരനക്കം കേട്ടു .

അച്ഛൻ ...

ഞാൻ ഒന്ന് ഞെട്ടി , കണ്ട് കാണും .

അച്ഛൻ എന്റെ അടുത്തുകൂടെ എന്നെ കാണാത്ത പോലെ
മുന്നോട്ട് പോയി . പോകുമ്പോൾ ഒന്നിരുത്തി മൂളി .
രഹസ്യമെന്നോണം പറഞ്ഞു .

" അപ്പൊ ഒരേക്കറും വീടും "

കശ്മലൻ കണ്ടു .

ലീല വീട്ടിലേയ്ക്ക് കയറാൻ തുടങ്ങി ,ഇടയ്ക്ക് എന്നെ
തിരിഞ്ഞു നോക്കി . ചിമ്മിനിവിളക്കിന്റെ വെളിച്ചത്തിൽ
അവൾ കൂടുതൽ സുന്ദരിയായി കാണപ്പെട്ടു .

എന്റെ ഹൃദയം നിറയെ സന്തോഷമായിരുന്നു .

അപ്പൊ അമ്മയുടെ വാക്കുകൾ ഉയർന്ന് കേട്ടു .

"ലീലേ, വലതുകാല് വച്ച് കയറ് കേട്ടോ "

THE   END